காந்தி யார்?

அண்ணல் காந்தியைப் பற்றிய நூறு கேள்விகள், பதில்கள்

காந்தி யார்?

அண்ணல் காந்தியைப் பற்றிய நூறு கேள்விகள், பதில்கள்

என். சொக்கன்

SPECIFICS

Title: Gandhi Yaar
Author's Name: N Chokkan

Published by ZDP Specifics

SPECIFICS

(An imprint of Zero Degree Publishing)
No. 55(7), R Block, 6th Avenue,
Anna Nagar,
Chennai - 600 040

Website: www.zerodegreepublishing.com
E Mail id: zerodegreepublishing@gmail.com
Phone: 89250 61999

ZDP Specifics First Edition: December 2023
ISBN: 978-93-95222-38-9
TITLE NO ZDPS: 66

Cover Design & Layout: Vijayan, Creative Studio

பொருளடக்கம்

1. நான் ஏன் காந்தியைப்பற்றித் தெரிந்துகொள்ளவேண்டும்?

உலக வரலாற்றின் மிகச் சிறந்த, மிக முக்கியமான, மிகுந்த தாக்கத்தை ஏற்படுத்திய தலைவர்களில் ஒருவர் காந்தி. அத்துடன், அவர் வண்ணமயமான பன்முகத்தன்மை கொண்ட ஆளுமை உள்ளவரும்கூட.

எடுத்துக்காட்டாக, காந்தியின் எழுத்துகள் நூறு பெரும் தொகுப்புகளாக வெளிவந்துள்ளன, அவர் உணவு சார்ந்த பல ஆய்வுகளைச் செய்தவர், உழைத்து உண்பதுதான் சரியான வாழ்க்கைமுறை என்று நம்பியவர். இப்படி இன்னும் பலப்பல சுவையான விஷயங்களைச் சொல்லலாம்.

இவற்றையெல்லாம் தாண்டி, காந்தியின் வாழ்க்கையை முக்கியமானதாக ஆக்கும் விஷயங்கள்: அவர் உண்மையின் வழி நடப்பதை வலியுறுத்தினார், பிறரை(எதிரிகளைக்கூட) துன்புறுத்தாமல் பழகவேண்டும் என்றார், ஆயுதம் ஏந்திய எதிரியையும் அன்பின்வழி வெல்ல இயலும் என்றார், அதனால்தான், இந்தியாவில்மட்டுமில்லை உலகம்முழுவதும் அவருக்கு மாணவர்கள் இருக்கிறார்கள், அவருடைய கொள்கைகள் இன்றும் பின்பற்றப்படுகின்றன, என்றும் பின்பற்றப்படும். காந்தி இந்தியாவில் பிறந்தவர் என்பது நமக்குப் பெருமை. ஆனால், அவர் உலகத் தலைவர் என்பதுதான் உண்மை.

2. காந்தி எந்தக் காலகட்டத்தைச் சேர்ந்தவர்?

மோகன்தாஸ் கரம்சந்த் காந்தி என்ற முழுப்பெயரைக் கொண்ட காந்தி 1869ம் ஆண்டு அக்டோபர் 2ம் நாள் பிறந்தார். 19ம் நூற்றாண்டின் பிற்பகுதியில் தென்னாப்பிரிக்காவிலும் 20ம் நூற்றாண்டின் முற்பகுதியில் இந்தியாவிலும் குறிப்பிடக்கூடிய சமூக மாற்றத்தை உண்டாக்கினார். 1948ம் ஆண்டு ஜனவரி 30ம் நாள் இறந்தார்.

3. காந்தி எந்த ஊர்க்காரர்?

காந்தி பிறந்த ஊர், இப்போதைய குஜராத் மாநிலத்தில் இருக்கும் போர்பந்தர். வெவ்வேறு காலகட்டங்களில் ராஜ்கோட், அகமதாபாத், மும்பை, டெல்லி, சேவா கிராமம் உள்ளிட்ட ஊர்களிலும் அவர் வசித்துள்ளார். இந்தியாவுக்கு வெளியில், அவர் இங்கிலாந்தில் படித்தவர், தென்னாப்பிரிக்காவில் பல ஆண்டுகள் வாழ்ந்தவர்.

சுருக்கமாகச் சொல்வதென்றால், அவர் பிறப்பால் குஜராத்தி, பெருமை மிக்க இந்தியர், சிந்தனையில் உலகக் குடிமகன்.

4. காந்தியின் தந்தையைப் பற்றிக் கொஞ்சம் சொல்லுங்கள்?

காந்தியின் தந்தை பெயர் கரம்சந்த் காந்தி அல்லது காபா காந்தி. ராஜ்கோட் மாகாணத்தின் பிரதம அமைச்சராக இருந்தவர். அவரைப்பற்றி காந்தி இவ்வாறு கூறுகிறார்:

'என் தந்தை உண்மையானவர், துணிவானவர், தாராள மனப்பான்மை கொண்டவர். ஆனால், அவருக்கு முன்கோபம் உண்டு. வீட்டிலும் சரி, வெளியிலும் சரி, அவர் மிகக் கண்டிப்பானவர், எந்தத் தவறுகளுக்கும் இடம் கொடுக்காதவர், தன்னுடைய அரசர்மீது மிகுந்த விசுவாசம் கொண்டவர்.'

காபா காந்தி பள்ளிக்குச் சென்று படித்தது குறைவுதான். ஆனால், அனுபவத்தின்மூலம் நிறையக் கற்றிருந்தார், பல பிரச்சினைகளைத் தீர்த்துவைத்தார், நூற்றுக்கணக்கானோரைச் சிறப்பாக வழிநடத்தினார்.

5. காந்தியின் தாயைப்பற்றிக் கொஞ்சம் சொல்லுங்கள்?

காந்தியின் தாய் பெயர் புத்லிபாய். இவர் காபா காந்தியின் நான்காவது மனைவி. அவருடைய முதல் மூன்று மனைவிகள் அடுத்தடுத்து இறந்துவிட்டதால் நான்காவதாக இவரைத் திருமணம் செய்துகொண்டார்.

புத்லிபாய்க்குக் கடவுள் நம்பிக்கை மிகுதியாக இருந்தது. நாள்தோறும் கடவுளை வழிபடாமல் சாப்பிடமாட்டார், அவ்வப்போது கோயிலுக்குச் செல்வார், விரதம் இருப்பார், அதைக் கடுமையாகப் பின்பற்றுவார். 'அவர் நல்ல அறிவாளி, எங்கள் மாகாணத்தின் ஆட்சிபற்றிய விஷயங்களையும் அவர் நன்கு அறிந்திருந்தார்' என்று காந்தி குறிப்பிடுகிறார்.

6. காந்தியுடன் பிறந்தவர்கள் யார் யார்?

காபா காந்தி, புத்லிபாய் தம்பதியருக்கு நான்கு பிள்ளைகள். அதில் காந்திதான் இளையவர். அவருடைய உடன்பிறந்தவர்கள்: அண்ணன் லட்சுமிதாஸ் அல்லது காளிதாஸ், அக்கா ரலியத்பென் அல்லது கோகிபென், அண்ணன் கர்சன்தாஸ்.

உங்களுக்குக் காந்தியின் மற்ற குடும்ப உறுப்பினர்களைப்பற்றித் தெரிந்துகொள்ளவேண்டும் என்று விருப்பமா? அவருடைய விரிவான குடும்ப வரைபடத்தை இங்கு சென்று பார்க்கலாம்: *https://gandhiashramsabarmati.org/en/the-mahatma/family-tree.html*

7. காந்தி சிறுவயதில் எங்கெல்லாம் வளர்ந்தார்?

போர்பந்தரில் பிறந்த காந்தி அங்கு சில ஆண்டுகள் வளர்ந்தார். அவருக்கு ஏழு வயதானபோது, அவருடைய குடும்பம் ராஜ்கோட்டுக்கு இடம்பெயர்ந்தது. அங்கு பள்ளிப் படிப்பை நிறைவு செய்த அவர், பாவ்நகரில் கல்லூரிப் படிப்பைத் தொடங்கினார். ஆனால், அதைத் தொடரவில்லை, சட்டம் படிப்பதற்காக இங்கிலாந்துக்குச் சென்றுவிட்டார்.

8. காந்தி படித்த பள்ளிகள் எவை?

முதலில், போர்பந்தரில் ஒரு தொடக்கப்பள்ளியில் காந்தி சேர்க்கப்பட்டார். ‘கொஞ்சம் சிரமப்பட்டுப் பெருக்கல் வாய்பாட்டைக் கற்றுக்கொண்டேன். மற்றபடி அந்தப் பள்ளியைப்பற்றி வேறு ஏதும் எனக்கு நினைவில்லை’ என்கிறார் காந்தி.

அடுத்து, அவர் ராஜ்கோட்டில் ஒரு தொடக்கப்பள்ளியில் சேர்ந்தார். அங்கிருந்து ஒரு புறநகர்ப்பள்ளிக்கும் பின்னர் உயர்நிலைப்பள்ளிக்கும் சென்றதாக எழுதுகிறார்.

காந்தி படித்த உயர்நிலைப்பள்ளியின் பெயர் “தி ஆல்ஃப்ரட் உயர்நிலைப்பள்ளி”. பின்னர் (அதாவது, இந்தியாவுக்கு விடுதலை கிடைத்தபிறகு) இந்தப் பள்ளியின் பெயர் “மோகன்தாஸ் காந்தி உயர்நிலைப்பள்ளி” என்று மாற்றப்பட்டது. பின்னர் 2017ல் இது ஓர் அருங்காட்சியகமாக மாற்றப்பட்டுவிட்டது.

௯. காந்தி பள்ளியில் எப்படிப்பட்ட மாணவர்?

தொடக்கத்தில் காந்தி படிப்பில் பெரிய ஆர்வம் காண்பிக்கவில்லை; அவர் பெரிய அறிவாளியாகவும் தோற்றமளிக்கவில்லை. பின்னாட்களில்தான் அவர் ஆங்கிலம் உள்ளிட்ட பல பாடங்களை நன்கு படிக்கத் தொடங்கினார்.

ஆனால் ஒன்று, சிறுவயதிலிருந்தே காந்தி மிகவும் ஒழுக்கமான மாணவராக வளர்ந்தார். வீடும் பள்ளியும் அவருக்குச் சொல்லித்தந்த பாடம் அதுதான்: தன்னுடைய வேலைகளை முறையாகச் செய்வார், பொய் பேசமாட்டார், யாரையும் ஏமாற்றமாட்டார்.

காந்தியின் கையெழுத்து சுமாராகத்தான் இருக்கும். அதற்குக் காரணம், 'நல்ல கையெழுத்து அப்படியொன்றும் முக்கியமான விஷயம் இல்லை' என்கிற எண்ணம் அவருக்கு இருந்தது. பின்னாட்களில், பலருடைய அழகான கையெழுத்தைப் பார்த்தபிறகு, அவருக்குச் சிறிது நாணம் தோன்றியது. 'மோசமான கையெழுத்து என்பது முழுமையற்ற கல்வியின் ஓர் அடையாளம்' என்று எழுதினார்.

அப்படியானால், காந்தி தன்னுடைய கையெழுத்தை மேம்படுத்தியிருக்கலாமே?

அவர் அதற்கு முயற்சி செய்தார். ஆனால், பயன் இல்லை, பழைய கையெழுத்தை அவரால் மாற்றிக்கொள்ள இயலவில்லை. 'ஒவ்வோர் இளைஞரும் என்னை எடுத்துக்காட்டாகக் கொள்ளவேண்டும், (இந்த விஷயத்தில் என்னைப்போல் அலட்சியமாக இருந்துவிடாமல்) நன்கு எழுதப் பழகிக்கொள்ளவேண்டும்' என்றார்.

10. காந்தியின் பள்ளிக்கூட வாழ்க்கையில் நடந்த சுவையான விஷயம் ஏதும் உண்டா?

பல விஷயங்கள் உண்டு. காந்தியே அவற்றைச் சுவையாக எழுதியிருக்கிறார். அவருடைய தன்வரலாறு (சத்தியசோதனை) மற்றும் பிற நூல்களைப் படித்தால் அவருடைய மொழியில் அவருடைய பள்ளிப்பருவத்தைத் தெரிந்துகொள்ளலாம்.

எடுத்துக்காட்டாக, காந்தி உயர்நிலைப்பள்ளியில் படித்துக்கொண்டிருந்தபோது அவருக்கு ஓர் எழுத்துத் தேர்வு (Spelling Exercise) வைக்கப்பட்டது. கைல்ஸ் என்ற கல்வித்துறைக் கண்காணிப்பாளர் அந்தத் தேர்வைக் கண்காணிக்க வந்திருந்தார்.

அந்தத் தேர்வில் காந்தி ஐந்து சொற்களுக்கான எழுத்துகளை (ஸ்பெல்லிங்கை) எழுதவேண்டியிருந்தது. ஆனால், அதில் கெட்டில் (Kettle) என்ற சொல்லின் ஸ்பெல்லிங்கை அவர் தவறாக எழுதிவிட்டார்.

இதைக் கவனித்த ஆசிரியர் காந்திக்கு ரகசியமாகச் சைகை காண்பித்தார், 'உனக்குப் பக்கத்தில் இருக்கிற பையன் சரியாக எழுதியிருக்கிறான், அவனைப் பார்த்து உன்னுடைய ஸ்பெல்லிங்கைத் திருத்திக்கொள்' என்றார்.

ம்ஹூம், காந்தி அந்த ஆசிரியரைக் கண்டுகொள்ளவே இல்லை. ஏனெனில், 'ஆசிரியரே சொன்னாலும் இன்னொருவரைப் பார்த்துக் காப்பியடித்து எழுதுவது தவறு' என்ற எண்ணம் அவர் மனத்தில் அழுத்தமாகப் பதிந்திருந்தது.

இதனால், அவருடைய வகுப்பில் மற்ற அனைத்து மாணவர்களும் அந்தத் தேர்வில் வெற்றி பெற்றார்கள், காந்திமட்டும் தோற்றுப்போனார். அதைப்பற்றி காந்தி சிறிதும் வருந்தவில்லை, தன்னுடைய உண்மையான திறமைக்குக் கிடைத்த உண்மையான மதிப்பெண்ணை அவர் மகிழ்ச்சியாக ஏற்றுக்கொண்டார்.

11. சிறுவயதில் காந்திக்குப் பிடித்த நாடகங்கள் எவை? ஏன்?

காந்தி சிறுவயதில் 'சிரவணர்' என்பவருடைய கதையைச் சொல்லும் நாடகம் ஒன்றைப் படித்தார். அந்தச் சிரவணருடைய பெற்றோர் இருவரும் பார்வைத்திறனற்றவர்கள். அவர்களுக்குச் சிரவணர் செய்த சேவையை அந்த நாடகம் விளக்கியது. அது காந்தியின் நெஞ்சைத் தொட்டது, தானும் சிரவணரைப்போல் இருக்கவேண்டும் என்று எண்ணிக்கொண்டார்.

அதேபோல், அரிச்சந்திரருடைய கதையைச் சொல்லும் நாடகம் ஒன்றையும் சிறுவர் காந்தி பார்த்தார். 'எப்போதும் உண்மையைப் பேசவேண்டும்' என்ற பாடத்தைக் கற்றுக்கொண்டார்.

12. காந்தி ஏன் வெளிநாடு சென்று படிக்க விரும்பினார்?

காந்தி பள்ளிப்படிப்பை நிறைவுசெய்துவிட்டுக் கல்லூரியில் சேர்ந்திருந்த நேரம், மாவ்ஜி தவே என்ற குடும்ப நண்பர் அவர்கள் வீட்டுக்கு வந்தார், காந்தி என்ன படிக்கிறார் என்பதைக் கேட்டுத் தெரிந்துகொண்டார். பிறகு, 'இப்போதெல்லாம் காலம் மாறிவிட்டது. இந்தப் பையன் படிக்கிற படிப்பு இவனுடைய எதிர்காலத்துக்குப் பயன்படாது' என்றார். 'அதற்குப் பதிலாக, நீங்கள் இவனை இங்கிலாந்துக்கு அனுப்புங்கள். மூன்று ஆண்டுகளில் இவன் பாரிஸ்டராகி(வழக்கறிஞராகி)த் திரும்புவான், சமூகத்தில் இவனுக்கு நல்ல மதிப்பு இருக்கும், நல்ல வேலையும் கிடைக்கும்' என்று அறிவுறுத்தினார்.

அப்போது கல்லூரியில் சரியாகப் படிக்க இயலாமல் தடுமாறிக்கொண்டிருந்த காந்திக்கு இந்த யோசனை மிகவும் பிடித்துவிட்டது, வெளிநாடு செல்லத் தயாராகிவிட்டார்.

13. காந்தி வெளிநாடு செல்வதை அவருடைய உறவினர்கள் எதிர்த்தது ஏன்?

காந்தி இங்கிலாந்து செல்ல விரும்பியபோது, அவருடைய உறவினர்கள் பலர் அதை ஏற்றுக்கொள்ளவில்லை. அவர் கடல் கடந்து வெளிநாட்டுக்குச் செல்வது தங்களுடைய மதத்துக்கு எதிரான செயல் என்று அவர்கள் நினைத்தார்கள்.

இதனால், காந்தியின் சாதியைச் சேர்ந்தவர்கள் ஒரு பொதுக்கூட்டத்துக்கு ஏற்பாடு செய்தார்கள். 'நம் சாதியில் பிறந்தவர்கள் வெளிநாட்டுக்குக் கப்பலில் செல்வதை நம் மதம் அனுமதிக்கவில்லை. அங்கு சென்றபின் நீ நம்முடைய மதத்தின் கட்டுப்பாடுகளைப் பின்பற்றமாட்டாய்' என்றார்கள்.

காந்தி இதை ஏற்றுக்கொள்ளவில்லை. 'நான் படிப்பதற்காகத்தான் அங்கு செல்கிறேன். எந்தத் தவறும் செய்யமாட்டேன்' என்று விளக்கினார்.

ஆனால், அவர் எவ்வளவோ சொன்னபோதும் அவர்கள் அதை ஏற்க மறுத்தார்கள். 'நீ வெளிநாடு சென்றால் உன்னை நம் சாதியிலிருந்து விலக்கிவிடுவோம்' என்று அச்சுறுத்தினார்கள்.

அப்போதும் காந்தி தன் கருத்தை மாற்றிக்கொள்ளவில்லை. தான் சாதியிலிருந்து விலக்கப்பட்டாலும் பரவாயில்லை

என்று இங்கிலாந்துக்குக் கிளம்பிவிட்டார். பின்னர் காந்தி இங்கிலாந்தில் தன்னுடைய படிப்பை நிறைவுசெய்துவிட்டு இந்தியா திரும்பியபிறகும், அவருடைய சாதியைச் சேர்ந்த பலர் அவரை ஏற்றுக்கொள்ளவில்லை. தான் வெளிநாடு சென்ற குற்றத்தை(?) நீக்குவதற்காக அவர் சில குறிப்பிட்ட மதச் சடங்குகளைச் செய்தபிறகுதான் அவரைத் தங்களில் ஒருவராகச் சேர்த்துக்கொண்டார்கள்.

தான் வெளிநாடு சென்றது தவறு என்று காந்தி எண்ணவில்லை, அதற்காகத் தன்னுடைய சாதியினர் தன்னை விலக்கினாலும் பரவாயில்லை என்றுதான் அவர் நினைத்தார். ஆனாலும், தன்னுடைய அண்ணனுடைய பேச்சை மதித்து இந்தச் சடங்குகளைச் செய்தார்.

14. வெளிநாடு சென்ற காந்தியிடம் அவருடைய தாய் பெற்றுக்கொண்ட மூன்று உறுதிமொழிகள் என்ன?

இங்கிலாந்துச் சூழலில் ஒருவர் மது அருந்துவதும் அசைவ உணவு (மாமிசம்) சாப்பிடுவதும் இயல்பானவை. வெளிநாடு செல்கிறவர்கள் அங்குள்ள பெண்களுடன் நெருங்கிப் பழகிக் கெட்டுப்போய்விடுவார்கள் என்ற எண்ணமும் பலருக்கு இருந்தது. இதையெல்லாம் கேள்விப்பட்ட காந்தியின் தாய் தன் மகனை அங்கு அனுப்புவதா என்று தயங்கினார். (காந்தியின் தந்தை அப்போது உயிருடன் இல்லை.)

தன்னுடைய தாயின் கவலையைப் புரிந்துகொண்ட காந்தி, 'அம்மா, நான் இதுபோன்ற பழக்கங்களில் ஈடுபடமாட்டேன் என்று உங்களுக்குச் சத்தியம் செய்து கொடுக்கிறேன்' என்றார்.

காந்தி பொய் சொல்லமாட்டார் என்பது அவருடைய தாய்க்குத் தெரியும். ஆனாலும், அவருக்குத் தயக்கம். பேச்சர்ஜி என்ற ஜைனத் துறவியிடம் இதுபற்றிப் பேசினார்.

'உங்கள் மகனிடம் நான் மூன்று உறுதிமொழிகள் வாங்கிக்கொள்கிறேன்' என்றார் பேச்சர்ஜி. 'அதன்பிறகு, நீங்கள் அவனை இங்கிலாந்துக்கு அனுப்பலாம்.'

இவ்வாறு காந்தி செய்துகொடுத்த மூன்று உறுதிமொழிகள்:

1. மது அருந்தமாட்டேன்
2. பெண்களைத் தீண்டமாட்டேன்
3. அசைவ உணவு சாப்பிடமாட்டேன்

15. காந்தி எந்த நாட்டுக்குச் சென்று படித்தார்? அங்கு எந்தக் கல்லூரியில் படித்தார்? என்ன படித்தார்?

1888ம் ஆண்டு செப்டம்பர் 4 அன்று காந்தி பம்பாயிலிருந்து இங்கிலாந்திலுள்ள லண்டனுக்குப் புறப்பட்டார். அங்கு அவர் UCL (University College London) என்ற கல்லூரியில் சட்டத்துறையில் பட்டப்படிப்பை நிறைவுசெய்தார், Inner Temple எனப்படும் வழக்கறிஞர் மன்றத்தில் சேர்ந்து, சட்டத்துறையில் சேவை செய்கிற உரிமையைப் பெற்றார். பின்னர், 1891 ஜூன் மாதத்தில் அவர் இந்தியா திரும்பினார்.

16. வெளிநாடு சென்று படிக்கும் அளவுக்குக் காந்தியிடம் பணம் இருந்ததா?

காந்தியின் குடும்பத்தினர் பணக்காரர்கள் இல்லை. வெளிநாடு சென்று படிப்பதற்கான பொருளாதார வசதி அவர்களிடம் இல்லை. ஆனால், காந்திக்கு வெளிநாடு செல்லவேண்டும் என்ற மன உறுதி உண்டாகிவிட்டது. யாரிடமாவது உதவி பெற்று எப்படியாவது இங்கிலாந்து சென்றுவிடவேண்டும் என்று அவர் எண்ணிவிட்டார்.

ஆனால், அவர் நினைத்ததுபோல் பண உதவி எளிதில் கிடைத்துவிடவில்லை, கடன் வாங்கலாமா, மனைவியின் நகைகளை விற்கலாமா, வேறு வழிகளில் பணம் கிடைக்குமா என்று பலவிதமாகப் போராடினார். இதனிடையில் அவருடைய சாதியைச் சேர்ந்தவர்களுடைய எதிர்ப்பும் சேர்ந்துகொண்டு பிரச்சனை இன்னும் பெரிதாகிவிட்டது.

எப்படியோ, ஒருவழியாக, தன்னுடைய கப்பல் பயணச் சீட்டுக்கான தொகையைக் காந்தி திரட்டிவிட்டார், பிறகு, லண்டனில் தனக்குத் தேவையான பொருட்களை வாங்கத்தொடங்கினார். மொத்தத்தில், மிகுந்த சிரமத்துடன்தான் அவர் இங்கிலாந்து வந்து சேர்ந்தார்.

ஆனால், அந்த இங்கிலாந்துப் பயணம் காந்தியைப் பலவிதங்களில் மாற்றியது. அவருக்குக் கிடைத்த புத்தகக் கல்வி, அதனால் அமைந்த வேலை போன்றவை ஒருபுறமிருக்க, உலகப் பார்வையைக் கொடுத்துக் காந்தியின் சிந்தனைகளைச் செழுமைப்படுத்தியது இந்தப் பயணம்தான்.

17. காந்திக்குச் சிறுவயதிலேயே திருமணம் ஆகிவிட்டதா?

ஆம். 13 வயதில் காந்திக்குத் திருமணம் ஆனது, அப்போது அவருடைய மனைவிக்கும் கிட்டத்தட்ட அதே வயதுதான்.

இவ்வளவு சிறுவயதில் திருமணம் என்பது இன்றைக்கு நமக்கு வியப்பாக இருக்கலாம். ஆனால் அன்றைக்கு, இந்த விஷயத்தில் அவர்களுடைய விருப்பத்தை யாரும் கேட்கவில்லை, பெரியவர்கள் தீர்மானித்தால் கல்யாணம், அவ்வளவுதான்.

காந்தியின் திருமணம் போர்பந்தரில் நடைபெற்றது. அவருடைய மனைவி பெயர் கஸ்தூரிபாய்.

18. காந்தியின் மனைவியைப் பற்றிக் கொஞ்சம் சொல்லுங்கள்?

காந்தியின் மனைவி கஸ்தூரிபாய்க்கு எழுதப் படிக்கத் தெரியாது. அவருக்கு எழுதப் படிக்கக் கற்றுத்தரவேண்டும் என்று காந்தி முயன்றார், ஆனால், அந்த முயற்சிகள் பெரிய அளவில் வெற்றியடையவில்லை. ஆனா, படிப்பறிவு இல்லாதபோதும், கஸ்தூரிபாய் காந்திக்கு மிகச் சிறந்த துணைவியாக இருந்தார். 'அவள் கபடம் இல்லாத தன்மையும் தன்னிச்சையான பார்வையும் விடாமுயற்சியும் கொண்டவள்' என்று காந்தி எழுதுகிறார்.

சிறுவயதில் காந்தி 'கணவர்' என்ற உரிமையில் கஸ்தூரிபாய்க்குப் பல கட்டுப்பாடுகளை விதிக்க முனைந்ததுண்டு. அவற்றையெல்லாம் கஸ்தூரிபாய் தீவிரமாக எதிர்த்தார், நியாயமற்ற கட்டுப்பாடுகளைத் துணிந்து மீறினார். தனக்கு இருக்கும் அதே உரிமைகள் தன் மனைவிக்கும் உண்டு என்பது காந்திக்குப் பின்னர்தான் புரிந்தது. அதேபோல், காலம் செல்லச்செல்ல, இருவருடைய சிந்தனை முதிர்ச்சி காரணமாகக் காந்தியும் கஸ்தூரிபாயும் சிறந்த தம்பதிகளாக வாழ்ந்தார்கள், ஒருவரையொருவர் நன்கு புரிந்துகொண்டிருந்தார்கள்.

19. வெளிநாட்டில் படித்தபோது காந்தி சந்தித்த பிரச்சினைகள் என்ன? அவற்றை அவர் எப்படிச் சமாளித்தார்?

இங்கிலாந்தில் குளிர் மிகுதி என்பதால், மது, அசைவ உணவு ஆகியவை கண்டிப்பாகத் தேவைப்படும் என்று பலர் கூறினார்கள். ஆனால், இவற்றைத் தொடுவதில்லை என்று காந்தி தன் தாய்க்கு உறுதியளித்திருந்ததால், அவர் பிடிவாதமாகச் சைவ உணவுப் பழக்கத்தைப் பின்பற்றினார்.

அதேபோல், பிறரிடம் சத்தம் போட்டுப் பேசக்கூடாது, எல்லாரையும் 'சார்' என்று அழைக்கக்கூடாது என்பதுபோன்ற விஷயங்களையும் காந்தி அங்குதான் புதிதாகக் கற்றுக்கொண்டார். பின்னர் ஓர் ஆங்கிலக் குடும்பத்துடன் வசித்து அந்நாட்டுப் பழக்கவழக்கங்கள், பேச்சு ஆகியவற்றைப் பயின்றார்.

இங்கிலாந்து நாகரிகத்தைக் கற்கவேண்டும் என்பதற்காகக் காந்தி ஒரு நடன வகுப்பில் சேர்ந்தார், பின்னர், பிடில் வாசிக்கும் வகுப்பிலும் சேர்ந்தார், சொற்பொழிவாற்றலை வளர்த்துக்கொள்வதற்கான ஒரு வகுப்பிலும் சேர்ந்தார். அதன்பிறகு, இவையெல்லாம் தனக்குத் தேவையா என்கிற

கேள்வி அவருக்குள் எழுந்தது. 'இங்கு வந்தது வழக்கறிஞர் படிப்புக்காகதான். அதை ஒழுங்காகப் படிப்போம்' என்று மற்ற முயற்சிகளை நிறுத்திவிட்டார்.

அப்போது காந்தியிடம் பெரிய அளவில் பணம் இல்லை. அதனால், செலவுகளைக் குறைத்துச் சிக்கனமாக வாழ்ந்தார், சமைக்கக் கற்றார்.

20. வெளிநாட்டில் படித்தபோது காந்தி கற்றுக்கொண்ட விஷயங்கள் என்ன?

லண்டனில் ஓர் உணவகத்தில் ‘சைவ உணவின் முக்கியத்துவம்’ என்ற புத்தகத்தைக் கண்டார் காந்தி, அதை வாங்கிப் படித்தார், அந்தப் புத்தகம் அவருக்கு மிகவும் பிடித்திருந்தது.

அதுவரை, தன்னுடைய தாயிடம் செய்த உறுதிமொழிக்காகச் சைவ உணவைச் சாப்பிட்டுக்கொண்டிருந்த காந்தி, இப்போது தன்னுடைய முழு விருப்பத்தின்படி சைவ உணவுக்காரர் ஆனார். அந்த உணவுமுறையின் நன்மைகள், அதற்கான காரணங்களைப்பற்றித் தொடர்ந்து படித்தார், அதன்பிறகு, தன்னுடைய வாழ்நாள்முழுவதும் அவர் இதைப்பற்றிப் பேசிக்கொண்டிருந்தார். உணவுபற்றிக் காந்தி செய்த பல ஆராய்ச்சிகள் இங்கிலாந்தில்தான் தொடங்கின.

அதேபோல், பகவத்கீதையைக் காந்தி முதன்முறையாகப் படித்ததும் இங்கிலாந்தில்தான். அதேபோல் இன்னும் பல சமய நூல்களை அவர் படித்தார், நாத்திகத்தைப்பற்றிக்கூடப் படித்தார், இதுபற்றியும் அவர் வாழ்நாள்முழுக்கச் சிந்தித்தார், தன்னுடைய கருத்துகளை உரக்கப் பேசிவந்தார்.

21. காந்தி கல்லூரியில் எப்படிப்பட்ட மாணவர்?

காந்தி பாரிஸ்டருக்குப் படித்தபோது ரோமன் சட்டத் தேர்வு, பொதுச் சட்டத் தேர்வு என்று இரு தேர்வுகள் இருந்தன. அவற்றுக்குச் சில குறிப்பிட்ட நூல்களைப் படிக்கவேண்டும் என்று வகுக்கப்பட்டிருந்தது. ஆனால், பெரும்பாலானோர் இதற்காக ஆண்டுமுழுவதும் படிப்பதில்லை, சிறிய கால அளவில் வெறும் குறிப்புகளைமட்டும் வைத்துப் படித்துத் தேர்ச்சி பெற்றார்கள். இந்தத் தேர்வுகள் ஆண்டுக்கு நான்குமுறை நடந்ததாலும், ஆசிரியர்கள் தாராளமாக மதிப்பெண் கொடுத்ததாலும், இவற்றில் வெல்வது எளிதாக இருந்தது.

ஆனால், காந்தி இவற்றை மிகக் கடினமாக ஆக்கிக்கொண்டுவிட்டார். பாடப் புத்தகங்கள் அனைத்தையும் முழுக்கப் படிக்காவிட்டால் அது மோசடி என்று அவருக்குத் தோன்றியது. மிகுந்த செலவு செய்து, பல மாதங்கள் சிரமப்பட்டு அவற்றைப் படித்துத் தேர்ச்சி பெற்றார், பாரிஸ்டர் ஆனார்.

அதே நேரம், 'நான் சட்டங்களைப் படித்திருந்தேன். ஆனால், வாதம் செய்யும் முறையைக் கற்றுக்கொள்ளவில்லை. சட்டக் கோட்பாடுகளை அறிந்திருந்தேன். அவற்றை என் தொழிலில் எப்படிப் பயன்படுத்துவது என்பது எனக்குத் தெரியவில்லை' என்றார் காந்தி.

22. வெளிநாட்டில் படித்துவிட்டு இந்தியா திரும்பிய காந்தி இங்கு தொடர்ந்து தங்காதது ஏன்?

காந்தி இங்கிலாந்தில் சட்டம் பயின்றிருந்தாலும், இந்தியச் சட்டத்தைப்பற்றி அவர் எதுவும் கற்றுக்கொள்ளவில்லை. உண்மையில், வழக்கறிஞர் தொழிலுக்குரிய நுட்பங்கள் பலவும் அவருக்கு அப்போது தெரிந்திருக்கவில்லை, பின்னால்தான் கற்றுக்கொண்டார்.

இதனால், ராஜ்கோட்டில் பாரிஸ்டர் தொழிலைத் தொடங்குவது அவருக்குச் சரியாகத் தோன்றவில்லை. இந்தியச் சட்டத்தைப் பயிலவும் அனுபவம் பெறவும் பம்பாய்க்குச் செல்லத் தீர்மானித்தார். ஆனால், அங்கும் அவரால் சரியாகத் தொழில் செய்ய இயலவில்லை.

மிகுந்த போராட்டத்துக்குப்பிறகு, காந்திக்கு முதல் வழக்கு கிடைத்தது. அது ஒரு சிறிய, எளிய வழக்குதான். ஆனால், அனுபவமில்லாத காந்தியால் நீதிமன்றத்தில் எதுவும் பேச இயலவில்லை. 'இந்த வழக்கை என்னால் நடத்த இயலாது' என்று சொல்லிவிட்டுத் திரும்பி வந்துவிட்டார்.

சிறிது காலத்துக்குப்பிறகு, காந்தி பம்பாயிலிருந்து ராஜ்கோட் திரும்பினார். அங்கு தன் அண்ணனுடன் சேர்ந்து ஓரளவு தொழில் நடத்தினார். அதன்பிறகு, தென்னாப்பிரிக்காவுக்குச் சென்றுவிட்டார். இங்கிலாந்திலிருந்து திரும்பியபின் காந்தி இந்தியாவில் தங்கியது இரண்டு ஆண்டுகளுக்கும் குறைவுதான்.

23. காந்திக்குத் தென்னாப்பிரிக்கா செல்லும் வாய்ப்பு எப்படிக் கிடைத்தது?

காந்தி ராஜ்கோட்டில் தன்னுடைய அண்ணனுடன் சேர்ந்து தொழில் செய்துகொண்டிருந்த நேரம், போர்பந்தரைச் சேர்ந்த 'தாதா அப்துல்லா கம்பெனி' என்ற தொழில் நிறுவனம் காந்தியின் அண்ணனுக்கு ஒரு கடிதம் எழுதியது. 'தென்னாப்பிரிக்காவில் நாங்கள் தொழில் செய்துகொண்டிருக்கிறோம். அங்கு ஒரு பெரிய வழக்கு நடக்கிறது. அதில் எங்கள் சார்பாகப் பல வழக்கறிஞர்கள் வாதாடுகிறார்கள். உங்கள் தம்பியை அங்கு அனுப்பினால் எங்களுக்கும் உதவியாக இருக்கும், அவருக்கும் உதவியாக இருக்கும். உலகின் இன்னொரு பகுதியைப் பார்க்கிற, புதியவர்களுடன் பழகுகிற வாய்ப்பும் அவருக்குக் கிடைக்கும்.'

இந்தியாவில் பாரிஸ்டர் தொழிலைச் சரியாகச் செய்ய இயலாமல் தடுமாறிக்கொண்டிருந்த காந்திக்கு இது ஒரு நல்ல வாய்ப்பாகத் தோன்றியது. அங்கு ஓராண்டு பணிபுரியலாம் என்ற எண்ணத்துடன் 1893ல் புறப்பட்டார். ஆனால், அடுத்த இருபது ஆண்டுகளுக்குமேல் அவர் அங்குதான் வாழ்ந்தார், ஒரு புதிய வழக்கறிஞரைத் தேர்ந்த அறிஞராகவும் சமூகப் போராளியாகவும் ஆக்கியது தென்னாப்பிரிக்கா.

24. தென்னாப்பிரிக்காவில் காந்தி எப்படிப் பணிபுரிந்தார்?

ஒரு குறிப்பிட்ட நிறுவனத்தின் வழக்கில் உதவுவதற்காகத் தென்னாப்பிரிக்கா வந்த காந்தி அங்கு பல விஷயங்களைக் கற்றுக்கொண்டார். குறிப்பாக, அங்கிருந்த இந்தியர்களை அரசாங்கமும் பெரும்பான்மை மக்களும் பாகுபாட்டுடன் நடத்தியதை அவர் கவனித்தார், அதற்கு எதிரான போராட்டங்களில் உதவத்தொடங்கினார். இதனால், அவர் எந்த வழக்குக்காகத் தென்னாப்பிரிக்கா வந்தாரோ, அந்த வழக்கு நிறைவடைந்தபிறகும் அவர் அங்கு தொடர்ந்து தங்கவேண்டியிருந்தது. மக்களுடைய அன்புக்கு இணங்கி அவர் அங்கு தங்கினார், தன்னுடைய குடும்பத்தையும் அங்கு அழைத்துவந்துவிட்டார், ஒருபக்கம் சட்டப் பணிகளைக் கவனித்தபடி இன்னொருபக்கம் அரசியல், சமூகப் பணிகளிலும் ஈடுபட்டார்.

இந்தக் காலகட்டத்தில் காந்தி நன்கு சம்பாதித்தபோதும், வாழ்க்கைபற்றிய அவருடைய பார்வை மாறிவிட்டது. இந்தியாவில் வழக்கறிஞர் தொழில் செய்தபோது பணம் சம்பாதிக்கவேண்டுமே என்று இருந்த பதற்றம் இப்போது இல்லை, அவர் சமூகப் பணிகளில் மிகுந்த கவனம் செலுத்தத் தொடங்கிவிட்டார். தென்னாப்பிரிக்காவில் பல அரசியல்வாதிகள், ஆட்சியாளர்களுடன் உரையாடிய அனுபவம் பின்னர் இந்தியாவில் பெரிய அளவில் அவர் நடத்திய போராட்டங்களுக்கு உதவியது.

25. காந்தி தென்னாப்பிரிக்கா சென்றபோது அந்த நாட்டின் அரசியல், சமூகச் சூழல் எப்படி இருந்தது?

அன்றைய தென்னாப்பிரிக்காவில் பல்வேறு நாடுகள், இனங்களைச் சேர்ந்தவர்கள் வாழ்ந்துவந்தார்கள். ஆனால், இவர்களிடையில் சமநிலை இல்லை. அதாவது, எல்லாரும் ஒரேவிதமாக மதிக்கப்படவில்லை, நிறவெறி மிகுதியாகக் காணப்பட்டது, வெள்ளையர்கள் மற்ற நிறத்தோல் கொண்ட மக்களை இழிவாக நடத்தினார்கள், அவர்களுக்கு அளிக்கவேண்டிய நியாயமான உரிமைகளைக்கூட வழங்க மறுத்தார்கள்.

இதனால், தென்னாப்பிரிக்காவில் வாழ்ந்த இந்தியர்கள் கடுமையாகப் பாதிக்கப்பட்டார்கள். அவர்களுள் நன்கு படித்தவர்கள், அரசுடன் வாதாடக்கூடியவர்கள் குறைவுதான் என்பதால், அவர்களுடைய கருத்தை எடுத்துச்சொல்லவும் போராடவும் சரியான தலைவர்களும் அமையவில்லை, அவர்களுடைய நிலைமை உலகின் மற்ற பகுதிகளுக்குத் தெரிந்திருக்கவும் இல்லை.

இந்தச் சூழலில்தான் காந்தி தென்னாப்பிரிக்காவுக்கு வந்தார், அவருடைய கல்வி, உலக அறிவு ஒருபக்கம், பரந்த சிந்தனை

இன்னொருபக்கம், மக்கள்மீதிருந்த அக்கறை இன்னொருபக்கம், உண்மையின்மீது, வன்முறையற்ற போராட்டமுறையின்மீது அவர் வைத்திருந்த நம்பிக்கை இன்னொருபக்கம் எனச் சேர்ந்து தென்னாப்பிரிக்காவில் வாழும் இந்தியர்களுடைய தலைவராக அவரை மாற்றியது, பல ஆண்டுத் தொடர் போராட்டங்களின்மூலம் அவர்களுடைய உரிமைகளைப் பெற்றுத்தந்தார் காந்தி.

26. தென்னாப்பிரிக்காவின் நிறவெறி காந்தியையும் பாதித்ததா?

ஆம். படித்தவர், பண்பானவர், நல்ல பழக்கவழக்கங்களைக் கொண்டவர் என்றபோதும், வெள்ளையர்களைப் பொறுத்தவரை காந்தி இந்தியர்தானே? கறுப்புத்தோல் கொண்ட ஒருவர்தானே? தென்னாப்பிரிக்காவில் எங்கும் பரவியிருந்த இந்த நிறவெறி மனநிலையால் காந்தி நேரடியாகப் பலமுறை பாதிக்கப்பட்டார். அதில் மிக முக்கியமான நிகழ்வு, 1893 ஜூன் மாதத்தில், அதாவது, காந்தி தென்னாப்பிரிக்காவுக்கு வந்து சில வாரங்களுக்குள் நடைபெற்றது.

அப்போது காந்தி டர்பனிலிருந்து பிரிட்டோரியாவுக்குப் புகைவண்டியில் சென்றுகொண்டிருந்தார். இரவு 9 மணிக்கு அவருடைய ரயில் மாரிட்ஸ்பர்க் என்ற நிலையத்துக்கு வந்தது. அங்கு ஓர் அலுவலர் காந்தியிடம், ‘நீங்கள் முதல் வகுப்பில் பயணம் செய்யக்கூடாது. வேறு பெட்டிக்குப் போங்கள்’ என்றார்.

‘அது ஏன்? என்னிடம் முதல் வகுப்பு டிக்கெட் இருக்கிறது’ என்றார் காந்தி.

‘அதைப்பற்றி எனக்கு அக்கறையில்லை. உடனடியாக இங்கிருந்து வெளியேறுங்கள்’ என்றார் அந்த அலுவலர்.

முறைப்படி முதல் வகுப்புப் பயணச்சீட்டு வாங்கியிருந்த காந்தி அங்கிருந்து வெளியேற மறுத்துவிட்டார். இதனால் எரிச்சலடைந்த அந்த அலுவலர் ஒரு காவலரை வரவழைத்தார். அந்தக் காவலர் காந்தியைப் பிடித்து வெளியில் தள்ளினார், அவருடைய பொருட்களையும் தூக்கி வீசிவிட்டார்.

காந்தியின் வாழ்க்கையில் மிகப் பெரிய அவமானம் அது. என்னதான் முதல் வகுப்புப் பயணச்சீட்டு வைத்திருந்தாலும் இந்தியன் ஒருவன் முதல் வகுப்புப் பெட்டியில் பயணம் செய்யக்கூடாது என்கிற உயர்வு மனப்பான்மையை நேருக்கு நேர் பார்த்தார் அவர். இதைப்போல் தென்னாப்பிரிக்காமுழுவதும் எத்தனை இந்தியர்கள் எத்தனை துன்பங்களை, அவமானங்களை அனுபவிக்கிறார்களோ என்று சிந்தித்தார். இவர்களுக்காகப் போராடவேண்டும் என்று அவருடைய மனம் உறுதியானது.

27. தென்னாப்பிரிக்காவில் இருந்தபோது காந்தி ஒரு போரில் பங்கேற்றார் என்பது உண்மையா?

பங்கேற்றார் என்பது உண்மைதான். ஆனால், அவர் ஆயுதம் ஏந்திப் போர் செய்யவில்லை, போரால் பாதிக்கப்பட்டவர்களுக்கு மருத்துவப்பணி செய்தார்.

1889ம் ஆண்டில் தொடங்கிப் பிரிட்டிஷ் ஆட்சியாளர்களுக்கும் தென்னாப்பிரிக்கப் போயர்களுக்கும் இடையில் நடைபெற்ற அந்தப் போரின் பெயர், 'இரண்டாம் போயர் போர்'. அந்த நேரத்தில் தென்னாப்பிரிக்காவில் இருந்த காந்தி தன்னுடைய தோழர்களைத் திரட்டி மருத்துவ உதவிக் குழு ஒன்றை அமைத்தார், போர்க்களத்திற்குச் சென்று மருத்துவப் பணி செய்ய அனுமதி கோரினார்.

பிரிட்டிஷ் அரசாங்கம் அவருடைய மனுவை ஏற்றுக்கொண்டது. ஆனால், 'உங்கள் சேவை இப்போது தேவையில்லை' என்று சொல்லிவிட்டது.

எனினும், பிரிட்டிஷ் அரசு எதிர்பார்த்ததைவிட நெடுங்காலத்துக்குப் போர் தொடர்ந்ததால், அவர்கள் காந்தியின் மருத்துவ உதவிக் குழு உதவியை நாடினார்கள். ஆயிரத்துக்கும்

மேற்பட்டவர்களைக் கொண்ட இந்தக் குழு மிகுந்த துணிவோடு மருத்துவப் பணி புரிந்தது, காயம் பட்ட பலரைப் பல மைல் தூரம் தூக்கிச்சென்று காப்பாற்றியது. இந்தப் பணிக்காக அவர்கள் மிகுந்த பாராட்டை, பதக்கங்களைப் பெற்றார்கள். (பின்னர், ஜாலியன் வாலாபாக் படுகொலையை எதிர்த்து, கிலாஃபத் போராட்டத்தை ஆதரித்து இந்தப் பதக்கங்களைக் காந்தி திரும்பக்கொடுத்துவிட்டார்.)

1906ம் ஆண்டில் நடைபெற்ற ஜூலுக் கலகத்தின்போதும் காந்தி இதேபோன்ற ஒரு குழுவை அமைத்து மருத்துவப் பணியாற்றினார்.

28. தென்னாப்பிரிக்காவில் வேலை பார்த்துக்கொண்டிருந்த காந்தி அங்கு ஆசிரமங்கள் தொடங்கியது ஏன்?

எல்லாரும் உழைத்து உண்ணவேண்டும் என்ற கொள்கை காந்தியின் மனத்தில் வலுப்பெற்றுவந்த நேரம் அது. இயன்றவரை செலவுகளைக் குறைத்துக்கொண்டு எளிமையாக வாழவும் அவர் பழகிக்கொண்டிருந்தார்.

இந்த நேரத்தில், அவர் நடத்திய 'இந்தியன் ஒப்பீனியன்' இதழை ஒரு பண்ணைக்கு மாற்றிவிடவேண்டும் என்ற எண்ணம் காந்தியின் மனத்தில் வந்தது. அதாவது, அந்த இதழில் பணிபுரிகிற எல்லாரும் இந்தப் பண்ணையில் குடியேறவேண்டும், அங்கு ஒவ்வொருவரும் உழைத்து உண்ணவேண்டும், அதற்கு ஒரேமாதிரியான ஊதியத்தைப் பெறவேண்டும், ஓய்வு நேரத்தில் அச்சக வேலையைக் கவனிக்கவேண்டும்.

சுருக்கமாகச் சொன்னால், சமூகமாகச் சேர்ந்து எளிமையாக வாழ்தல், உழைத்தல், சில உயர்ந்த கொள்கைகளை அனைவரும் பின்பற்றுதல் ஆகிய நோக்கங்களுடன் காந்தி இந்த முயற்சியைத் தொடங்கினார். பின்னர் அவர் தொடங்கிய பல ஆசிரமங்களுக்கு

இந்த முயற்சிதான் அடித்தளமாக அமைந்தது என்றபோதும், 1904ல் தொடங்கிய இந்தக் குடியிருப்பு, 'ஆசிரமம்' என்று அழைக்கப்படவில்லை. அது அமைந்திருந்த ஃபோனிக்ஸ் என்ற இடத்தின் பெயரால், 'ஃபோனிக்ஸ் குடியிருப்பு' என்றுதான் எளிமையாக அழைக்கப்பட்டது.

காந்தியின் இந்த முயற்சிக்குச் சிலர் ஆதரவளித்தார்கள், சிலர் ஆதரவளிக்கவில்லை, சிலர் ஃபோனிக்ஸ் குடியிருப்புக்கு வந்து வாழ்ந்துபார்த்துவிட்டுத் திரும்பிச் சென்றார்கள். ஆனால், காந்தி தன்னுடைய பரிசோதனைகளைத் தொடர்ந்தார், அடுத்தடுத்த முயற்சிகளில் அவருடைய சிந்தனைகளும் வழிமுறைகளும் வலுப்பெற்றன.

29. தென்னாப்பிரிக்காவில் காந்தி நடத்திய ஆசிரமங்கள் எவை?

1. டர்பனுக்கு அருகில் ஃபோனிக்ஸ் குடியிருப்பு *(1904)*
2. ஜொகனஸ்பெர்குக்கு அருகில் டால்ஸ்டாய் பண்ணை *(1910)*

30. தென்னாப்பிரிக்காவில் காந்தி நடத்திய போராட்டங்கள் எவை?

காந்தி தென்னாப்பிரிக்காவில் குடியேறி, அங்குள்ள நிறவெறியை நேருக்கு நேர் பார்த்தபிறகு, இந்தியர்களுடைய நலனைப் பாதுகாப்பதற்காகவும், அவர்களுக்கு எதிரான கொடுமைகளை எதிர்ப்பதற்காகவும் ஓர் அமைப்பு வேண்டும் என்று கருதினார், அதற்காகத் தொடர்ந்து போராடினார்.

எடுத்துக்காட்டாக, அப்போது நேட்டால் சட்டமன்ற உறுப்பினர்களைத் தேர்ந்தெடுப்பதற்கு இந்தியர்களுக்கு இருந்த உரிமையைப் பறிப்பதற்காக ஒரு மசோதா முன்வைக்கப்பட்டிருந்தது. இதைப்பற்றிக் கேள்விப்பட்ட காந்தி, இந்த மசோதாவை எதிர்க்கும் நோக்கத்துடன் இந்தியர்களை ஒன்றுதிரட்டினார். இதுபோன்ற போராட்டங்களுக்காக, 'நேட்டால் இந்தியர் காங்கிரஸ்' தொடங்கப்பட்டது.

இப்படிக் காந்தி இந்தியர்களுக்காகக் குரல் கொடுக்கத் தொடங்கியபோது, தென்னாப்பிரிக்க வெள்ளையர்கள் அவருக்கு எதிராகத் திரும்பினார்கள். அவர்மீது தாக்குதல் முயற்சிகளும் நடந்தன. எனினும், காந்தி தன்னுடைய பணிகளைத் தொடர்ந்தார், இந்தியர்களுக்குப் போராட்டமுறைகளைக்

கற்றுத்தந்து வழிநடத்தினார், அதற்காகப் பலமுறை சிறை சென்றார்.

தென்னாப்பிரிக்காவில் காந்தியின் முக்கியமான பணிகள், இந்திய ஒப்பந்தத் தொழிலாளர்களுக்கு விதிக்கப்பட்ட முறையற்ற வரியை எதிர்க்கும் போராட்டம், பிளேக் நோய்ப் பரவலின்போது தூய்மைப் பணி, இந்தியப் பஞ்சங்களின்போது தென்னாப்பிரிக்க இந்தியர்களிடம் உதவி திரட்டி அனுப்பியது, தென்னாப்பிரிக்க இந்தியர்களுடைய நிலையைப்பற்றி உலக அளவில் விழிப்புணர்வை உண்டாக்கியது, இந்தியர்கள் அனைவரும் தங்களுடைய கைரேகைகளைப் பதிவுசெய்தாகவேண்டும் என்கிற கொடுமையான சட்டத்தை எதிர்க்கும் போராட்டங்கள், இந்தியத் திருமணங்கள் செல்லாது என்கிற அறிவிப்பை எதிர்க்கும் போராட்டங்கள், இன்னும் பல.

31. தென்னாப்பிரிக்காவில் காந்தி நடத்திய பத்திரிகை எது?

தென்னாப்பிரிக்காவில் வாழும் இந்தியர்களுடைய குரலாக *"Indian Opinion"* என்ற இதழைத் தொடங்கி நடத்தினார் காந்தி. 1903ம் ஆண்டில் தொடங்கப்பட்ட இந்த வார இதழ் ஆங்கிலம், குஜராத்தி, தமிழ் மற்றும் ஹிந்தி ஆகிய மொழிகளில் வெளிவந்தது. முக்கியமான போராட்டங்கள், சமூகப் பணிகளுக்கு இந்தியர்களுடைய ஆதரவைத் திரட்டுகிற ஒரு நல்ல கருவியாகக் காந்தி இந்த இதழைப் பயன்படுத்திக்கொண்டார்.

காந்தி நடத்திய அந்த *"Indian Opinion"* இதழின் பிரதிகளைப் பார்க்கவேண்டும் என்று விருப்பமா? இந்த இணைய தளத்துக்கு வாருங்கள்: *https://archive.org/search.php?query=subject%3A%22Indian+Opinion%22*

32. தென்னாப்பிரிக்காவிலிருந்து இந்தியா திரும்பியபின் காந்தி நடத்திய பத்திரிகைகள் எவை?

இந்தியா திரும்பியபின் காந்தி தன்னுடைய சத்தியாக்கிரகப் போராட்டத்தைப்பற்றிய செய்திகளை, அதன் உட்பொருளை மக்களுக்குச் சொல்லவேண்டும் என்ற நோக்கத்துடன் அதற்கான வழிகளைத் தேடிவந்தார். இந்த நேரத்தில் உமார் ஸோபானி, சங்கரலால் பாங்கர் என்பவர்கள் "யங் இந்தியா" என்ற ஆங்கில இதழின் ஆசிரியர் பொறுப்பை அவர் ஏற்றுக்கொள்ளவேண்டும் என்று கேட்டுக்கொண்டார்கள்.

காந்திக்கு அதில் மகிழ்ச்சிதான். ஆனால், வார இதழாக இருந்த "யங் இந்தியா"வை வாரம் இருமுறை இதழாக மாற்றலாம், அதன்மூலம் இன்னும் கூடுதலாக மக்களுடன் உரையாடலாம் என்று அவர் எண்ணினார். (ஆனால், பின்னர் "யங் இந்தியா" மீண்டும் வார இதழாக மாறிவிட்டது.)

அதேபோல், சத்தியாக்கிரகப் பயிற்சியை ஆங்கிலத்தில்மட்டும் அளித்தால் போதாது என்று காந்தி கருதினார். இதற்காக, அப்போது இந்துலால் யாக்ஞிக் என்பவர் நடத்திவந்த நவஜீவன்

என்ற குஜராத்தி மாத இதழின் ஆசிரியராகப் பொறுப்பேற்றார், அதையும் வார இதழாக மாற்றி நடத்தினார்.

இந்த இதழ்கள் 1919ல் தொடங்கி காந்தியின் பொறுப்பில் வெளிவந்தன, அவருடைய கொள்கைகளை இந்தியாமுழுவதும் கொண்டுசேர்த்தன.

பின்னர், 1933ல் தீண்டாமைக் கொடுமையை எதிர்க்கும் நோக்கத்துடன் 'ஹரிஜன்' என்ற வார இதழையும் காந்தி நடத்தினார். இது ஆங்கிலம், ஹிந்தி மற்றும் குஜராத்தி மொழிகளில் வெளியானது.

காந்தி நடத்திய இந்த இதழ்களின் பிரதிகளைப் பார்க்கவேண்டும் என்று விருப்பமா? இந்த இணையத் தளங்களுக்கு வாருங்கள்:

1. *https://archive.org/search.php?query=subject%3A%22Young%20India%22*

2. *https://archive.org/details/in.ernet.dli.2015.543397/mode/2up*

3. *https://archive.org/search.php?query=subject%3A%22Harijan%22*

33. தென்னாப்பிரிக்காவில் காந்தியின் வாழ்க்கைமுறை எப்படி இருந்தது?

காந்தி தென்னாப்பிரிக்காவில் குடியேறிய நேரத்தில் தாம் செய்த செலவில் ஒரு பகுதி முற்றிலும் பெருமைக்காக என்கிறார். அதாவது, ஒரு பாரிஸ்டர், இந்திய மக்களின் பிரதிநிதி என்ற முறையில், அதற்கு ஏற்ற ஒரு வீட்டை அவர் அமைத்தார்: புகழ் பெற்ற இடத்தில் அழகான ஒரு சிறு வீட்டை அமர்த்தினார், முறையான மேசை, நாற்காலிகளை வாங்கிப்போட்டார்.

அவருடைய வீட்டில் எப்போதும் உணவு எளிமையானதுதான். ஆனால், நண்பர்கள், சக ஊழியர்கள் அடிக்கடி சாப்பிட வந்தார்கள். அதனால், செலவு கூடுதலாகவே இருந்தது.

பின்னர் காந்தி எளிமையான வாழ்க்கையின் நன்மையை உணர்ந்தார், படிப்படியாகச் செலவுகளைக் குறைக்கத் தொடங்கினார், அவரே தன்னுடைய ஆடைகளைத் துவைத்துக்கொண்டார், தலைமுடி வெட்டக் கற்றுக்கொண்டார், கோதுமை மாவு அரைக்கக் கற்றுக்கொண்டார், இப்படி இன்னும் பல.

காந்திக்கு நெடுநாட்களாகவே தன்னுடைய அலுவலகத்துக்கு நடந்து சென்று திரும்பும் பழக்கம் இருந்தது. இது அவருக்கு ஒரு நல்ல உடற்பயிற்சியாகவும் ஆனது.

தொடக்கத்தில் காந்தியின் பிள்ளைகள் ஒரு தனி ஆசிரியரிடம் படித்தார்கள். ஆனால், பல காரணங்களால் அந்த முறை அவருக்குச் சரிப்பட்டுவரவில்லை. அவரே பிள்ளைகளுக்குப் பாடம் நடத்தத் தொடங்கினார். டால்ஸ்டாய் பண்ணையில் காந்தி இன்னும் பல குழந்தைகளுக்கு ஆசிரியராக ஆனார்: அங்கு தங்கியிருந்த மாணவர்களுக்குத் தமிழும் உருதுவும் கற்றுத்தந்தார்.

34. தென்னாப்பிரிக்காவில் காந்தி நடத்திய போராட்டங்களை இந்தியாவில் வாழ்ந்த மக்கள் எப்படிப் பார்த்தார்கள்?

இன்றைக்கு உலகின் எந்த மூலையில் நடக்கிற விஷயங்களையும் நாம் உடனுக்குடன் தெரிந்துகொள்கிறோம். எந்த நாட்டில் எந்த அநீதி நடந்தாலும் இன்னொரு மூலையில் உள்ள இன்னொரு நாட்டில் அதற்கு எதிராக மக்கள் திரள்வது சாத்தியமாக இருக்கிறது.

ஆனால், காந்தி தென்னாப்பிரிக்காவில் இந்தியர்களுடைய உரிமைகளுக்காகப் போராடிக்கொண்டிருந்த நேரத்தில் இந்த அளவுக்குத் தகவல் தொடர்புக் கருவிகள் இல்லை. தகவல்களைப் பரிமாறுவதற்குச் செய்தித்தாள்கள், கடிதங்கள் போன்றவற்றைதான் நம்பியிருக்கவேண்டியிருந்தது. அவையும் சிலருக்குதான் சென்று சேர்ந்தன. இதனால், தங்களுடைய சொந்த நாட்டைச் சேர்ந்தவர்கள் தென்னாப்பிரிக்காவில் இப்படிச் சிரமப்படுகிறார்கள் என்ற செய்தி இந்தியர்கள் பலருக்குத் தெரிந்திருக்கவில்லை.

இதைப் புரிந்துகொண்ட காந்தி, இந்தத் தகவலை இந்தியர்களுக்குக் கொண்டுசேர்த்து ஆதரவு திரட்டும்

பொறுப்பை ஏற்றுக்கொண்டார். இதற்காகப் பல இந்தியத் தலைவர்களைச் சந்தித்து அவர்களுடைய ஆதரவைக் கோரினார், கூட்டங்களில் பேசினார்.

1896ம் ஆண்டு, தென்னாப்பிரிக்காவில் இந்தியர்களுடைய நிலைமையை விளக்கி, இந்தியப் பொதுமக்களிடம் ஆதரவு கோரும்வகையில் ஒரு சிற்றேட்டை எழுதினார் காந்தி. பச்சை அட்டையுடன் அச்சிடப்பட்ட அந்தச் சிற்றேடு 'The Green Pamphlet' என்ற பெயரில் புகழ் பெற்றது, ஏராளமாக விற்பனையானது, தென்னாப்பிரிக்க இந்தியர்களுடைய சூழ்நிலையை இந்தியர்களுக்கு நன்கு புரியவைத்தது.

காந்தி வெளியிட்ட அந்தப் பச்சைச் சிற்றேட்டை முழுமையாகப் பார்க்க விரும்புகிறீர்களா? இந்த இணைய தளத்துக்கு வாருங்கள்: https://www.mkgandhi.org/ebks/the-green-pamphlet.pdf

35. தென்னாப்பிரிக்காவில் காந்தி தாக்கப்பட்டது உண்மையா? அவரைத் தாக்கியவர்கள் யார்? எதற்காக?

தென்னாப்பிரிக்க இந்தியர்களுடைய நிலைமையை இந்தியர்களுக்குப் புரியவைக்கும்வகையில் காந்தி எழுதி வெளியிட்ட பச்சைச் சிற்றேடு மிக நல்ல வரவேற்பைப் பெற்றது. ஆனால், அதில் அவர் தென்னாப்பிரிக்க அரசுக்கு எதிராக அநியாயமான கருத்துகளைச் சொல்லிவிட்டார் என்றும், பல இந்தியர்களைக் கொண்டுவந்து தென்னாப்பிரிக்காவில் குடியேற்றப்போகிறார் என்றும் பொய்யான கருத்துகள் தென்னாப்பிரிக்காவில் பரவின. இதை நம்பிய வெள்ளையர்கள் உணர்ச்சிவயப்பட்டுவிட்டார்கள், காந்தியைத் தாக்கத் துணிந்துவிட்டார்கள்.

இதையடுத்து, தென்னாப்பிரிக்காவுக்கு காந்தி வந்த கப்பல் துறைமுகத்துக்குள் வரக்கூடாது என்று அனுமதி மறுக்கப்பட்டது. அவர்கள் தென்னாப்பிரிக்காவுக்குள் நுழையாமல் இருப்பதுதான் நல்லது என்று அனைவருக்கும் எச்சரிக்கைகள் அனுப்பப்பட்டன.

ஆனால், காந்தியும் சரி, மற்ற மக்களும் சரி, தென்னாப்பிரிக்காவுக்குள் நுழைகிற தங்கள் உரிமையை

வலியுறுத்தினார்கள். 23 நாட்களுக்குப்பிறகு அவர்களுக்கு அனுமதி கிடைத்தது.

பிரச்சினை அத்துடன் முடிந்துவிடவில்லை. கரை இறங்கிய காந்தியை ஒரு குழு சூழ்ந்துகொண்டது. அவரைக் கற்களால், அழுகிய முட்டைகளால் அடித்தார்கள், உதைத்தார்கள், காந்தி உணர்விழந்து விழுந்தார்.

நல்லவேளையாக, அவருக்குத் தெரிந்த காவல்துறை அலுவலர் ஒருவருடைய மனைவி அந்த நேரத்தில் அந்தப் பக்கமாக வந்தார். அவர் காந்தியைக் காப்பாற்றினார். அதற்குள் மற்ற காவலர்கள் வந்து நிலைமையைக் கட்டுப்பாட்டுக்குள் கொண்டுவந்தார்கள்.

பின்னர், தென்னாப்பிரிக்காவில் வாழும் இந்தியர்கள் தங்களுடைய கைரேகைகளைப் பதிவுசெய்யவேண்டும் என்ற கட்டுப்பாட்டை எதிர்த்து நடைபெற்ற போராட்டத்தின்போது, இந்தியர்கள் சிலர் காந்தியைத் தவறாக எண்ணித் தாக்கிவிட்டனர். இதனால், காந்தியின் முகத்தில், கையில், காலில் பல காயங்கள் ஏற்பட்டுவிட்டன.

இந்த இரு தாக்குதல்களின்போதும், தன்னைத் தாக்கியவர்கள்மீது காந்தி எந்தப் புகாரும் செய்யவில்லை, அவர்களை முற்றிலுமாக மன்னித்துவிட்டார்.

36. காந்தியின் போராட்டமுறையின் பெயராகிய "சத்தியாக்கிரகம்" என்ற சொல்லை உருவாக்கியவர் யார்?

சத்தியாக்கிரகக் கொள்கையை காந்தி எப்போதோ உணர்ந்துவிட்டார். ஆனால், அதை என்ன பெயரில் அழைப்பது என்று அவருக்குத் தெரியவில்லை. அமைதியான எதிர்ப்பு என்ற பொருளில் Passive Resistence என்ற சொல்லைத்தான் பயன்படுத்திவந்தார்.

பிறகு, அந்தச் சொல்லின் பொருள் மிகக் குறுகியது என்று காந்தி புரிந்துகொண்டார். Passive என்பது வலிமையற்றவர்களுடைய ஆயுதம் என்று கருதப்படும், அதில் பகைமைக்கு இடம் உண்டு, பின்னர் அது வன்முறையாக மாறக்கூடும் என்பதையெல்லாம் காந்தி உணர்ந்தபோது, இந்தப் போராட்டத்துக்கு இன்னொரு சொல் வேண்டும் என்று தேடத் தொடங்கினார்.

காந்தி எவ்வளவோ சிந்தித்தபோதும் அவருக்கு ஒரு நல்ல புதிய பெயர் கிடைக்கவில்லை. அதனால், 'இந்தியன் ஒப்பீனியன்' இதழில் இதற்காக ஒரு பரிசுப் போட்டி அறிவித்தார்.

அப்போது, காந்தியின் உறவினரான மகன்லால் என்பவர் இந்தப் போராட்டத்தை விவரிப்பதற்காகச் 'சதாக்கிரகம்' (உண்மை, உறுதி கொண்ட போராட்ட முறை) என்ற பெயரை உருவாக்கிப் பரிசு பெற்றார். இந்தச் சொல் காந்திக்கு மிகவும் பொருத்தமாகத் தோன்றியது. எனினும், அதை இன்னும் தெளிவாக்குவதற்காக ஒரு சிறு மாறுதல் செய்து, 'சத்தியாக்கிரகம்' என்று மாற்றினார் காந்தி.

37. காந்தி தென்னாப்பிரிக்காவிலிருந்து இந்தியா திரும்பியது ஏன்?

ஒரே ஒரு வழக்கில் பங்கேற்பதற்காகத்தான் காந்தி தென்னாப்பிரிக்காவுக்குச் சென்றார். ஆனால், சூழ்நிலை காரணமாக அவர் அங்கு பல ஆண்டுகள் தங்கவேண்டியதாகி விட்டது.

இந்தக் காலகட்டத்தில் அவர் ஒரு வெற்றிகரமான வழக்கறிஞராகிவிட்டார். அதைவிடப் பெரிய விஷயம், மக்களுடன் நேரடியாக உரையாடுவது, அவர்களுடைய பிரச்சினைகளைப் புரிந்துகொண்டு தீர்வுகளைச் சிந்திப்பது, ஆதரவு திரட்டுவது, நிதி திரட்டுவது, பத்திரிகை நடத்துவது, அரசு அலுவலர்கள், ஆட்சியாளர்களுடன் உரையாடுவது என்று பலவற்றைக் கற்றுக்கொண்டார், உண்மையான அக்கறையுடன் வன்முறையற்றமுறையில் போராட்டங்களை நடத்திப் பலமுறை வெற்றியும் பெற்றுவிட்டார்.

இத்தனை ஆண்டுகளில் காந்தி பலமுறை இந்தியா திரும்புவதுபற்றி எண்ணியிருக்கிறார், திரும்பி வந்தும் இருக்கிறார், ஆனால், ஒவ்வொருமுறையும் ஏதோ ஒரு காரணம் அவரைத் திரும்ப அழைத்துவிடும், காந்தியும் குறை சொல்லாமல்

திரும்பி வந்துவிடுவார். அநேகமாக, பெரிய பிரச்சினையோடு இருக்கிற தன்னுடைய மக்களுக்கு ஒரு நிரந்தரத் தீர்வு காணாமல் அங்கிருந்து வருவது காந்திக்குப் பிடிக்காமல் இருந்திருக்கவேண்டும். 1914ம் ஆண்டு, தென்னாப்பிரிக்கச் சத்தியாக்கிரகம் நிறைவுபெற்றபிறகுதான் காந்தி அங்கிருந்து நிரந்தரமாக இந்தியா திரும்பினார்.

38. தென்னாப்பிரிக்காவிலிருந்து இந்தியா திரும்பியதும் காந்தி உடனடியாக அரசியலில் ஈடுபடவில்லை. அது ஏன்?

காந்தி நெடுங்காலமாக இந்தியாவுக்கு வெளியில் வாழ்ந்துவிட்டதால், இந்தியாவின் சமூக, அரசியல் சூழலை அவர் முழுக்க உணர்ந்திருக்கவில்லை. இதைப் புரிந்துகொண்ட கோபாலகிருஷ்ண கோகலே காந்தியிடம் ஒரு வாக்குறுதி வாங்கிக்கொண்டார், 'நீங்கள் அனுபவம் பெறுவதற்காக இந்தியாவில் சுற்றுப்பயணம் செய்யவேண்டும். அது முடியும்வரை பொது விஷயங்களைப்பற்றி எந்தக் கருத்தும் சொல்லக்கூடாது.'

1915ல் இந்தியா திரும்பிய காந்தி, கோகலே அவர்களிடம் அளித்த வாக்கின்படி அடுத்த ஓராண்டுக்கு அரசியலில் ஈடுபடவில்லை, அரசியல் விஷயங்களில் கருத்து சொல்லவில்லை. இந்தக் காலகட்டத்தை இந்தியாமுழுவதும் சுற்றுப்பயணம் செய்யவும் மக்களைப் புரிந்துகொள்ளவும் அவர்களுடைய பிரச்சினைகள், கவலைகள், எதிர்பார்ப்புகளைத் தெரிந்துகொள்ளவும் பயன்படுத்திக்கொண்டார்.

39. தென்னாப்பிரிக்காவிலிருந்து திரும்பிய காந்தி இந்தியாவில் எங்கு தங்கினார்? என்ன தொழில் செய்தார்?

இந்தியா திரும்பிய காந்தி பல இடங்களைச் சுற்றிப்பார்த்தார். ஹரித்துவார், வைத்தியநாததாம், ராஜ்கோட், அகமதாபாத் உள்ளிட்ட பல இடங்களில் அவர் தங்கவேண்டும் என்று கோரிக்கை விடுக்கப்பட்டது. அவற்றுள் காந்தி அகமதாபாதைத் தேர்ந்தெடுத்தார். இதற்குப் பல காரணங்கள்:

1. குஜராத்தியாகிய அவர் குஜராத்தி மொழியின்மூலம் நாட்டுக்குக் கூடுதல் சேவை செய்ய எண்ணினார்.

2. அகமதாபாத் கைத்தறி நெசவுக்குப் பெயர் பெற்றிருந்தது, கையினால் நூல் நூற்கும் குடிசைத்தொழிலுக்குப் புத்துயிர் அளிக்க அது வசதியான இடமாக இருக்கும் என்று காந்தி கருதினார்.

3. அகமதாபாதில் பல பணக்காரர்கள் இருந்தார்கள். அவர்களுடைய பொருளாதார உதவி காந்தியின் ஆசிரமத்துக்குப் பயன்படும்.

தொழிலைப் பொறுத்தவரை, காந்தி தொடக்கநிலை வழக்கறிஞராக இந்தியாவிலிருந்து புறப்பட்டு, வெற்றிகரமான வழக்கறிஞராகத் திரும்பிவந்தபோதும், இங்கு அவர் வழக்கறிஞர் தொழிலில் ஈடுபடவில்லை. வாழ்நாள்முழுவதும் விடுதலைப் போராட்டம், ராட்டையில் நூல் நூற்பதை ஊக்குவித்தல், கிராமத் தொழில்களுக்குப் புத்துயிர்ப்பு அளித்தல், தீண்டாமைக்கு எதிராகப் போராடுதல் ஆகியவற்றுக்காகத்தான் உழைத்தார்.

40. இந்திய அரசியலில் காந்தியின் வருகையை அறிவித்த சொற்பொழிவு எது?

1916ம் ஆண்டு பிப்ரவரி மாதத்தில், பனாரஸ் இந்துப் பல்கலைக்கழகத்தின் தொடக்க நிகழ்ச்சியில் பேசும்படி காந்தியை அழைத்திருந்தார் பண்டிட் மதன் மோகன் மாளவியா. காந்தியும் அதை ஏற்றுக்கொண்டு பனாரஸுக்கு வந்து சேர்ந்தார்.

அப்போது, அந்தப் பல்கலைக்கழகத்திற்கு அடிக்கல் நாட்டுவதற்காக வைஸ்ராய் ஹார்டிங் பிரபுவும் அந்த விழாவில் கலந்துகொண்டார். இதனால், நகரெங்கும் பலத்த பாதுகாப்பு ஏற்பாடுகள் செய்யப்பட்டிருந்தன, மக்கள் மிகுந்த தொல்லைக்கு ஆளானார்கள். இதையெல்லாம் காந்தி கவனித்தார்.

அத்துடன், அந்த விழாவில் கலந்துகொண்ட மற்ற பலரும் மிக ஆடம்பரமாக உடுத்தியிருந்தார்கள். இதுவும் காந்தியின் மனத்தைப் பாதித்தது. அத்தனை வருத்தங்களையும் தன்னுடைய சொற்பொழிவில் கொட்டிவிட்டார்.

காந்தி எப்போதும் வெளிப்படையாகப் பேசுகிறவர்தான். மனத்தில் ஒன்றை வைத்துக்கொண்டு வெளியில் இன்னொன்றைச் சொல்கிற பழக்கம் அவரிடம் எப்போதும்

இல்லை. அந்தவிதத்தில், காந்தியின் அந்தச் சொற்பொழிவு வழக்கமானதுதான்.

ஆனால், அன்றைய பிரிட்டிஷ் இந்தியாவில் ஆட்சியாளர்களை இப்படி வெளிப்படையாக விமர்சிக்கிற பழக்கம் புதிது. அதனால், நிகழ்ச்சியில் பெரும் பரபரப்பு ஏற்பட்டது, பல முக்கியத் தலைவர்கள் சினம் கொண்டு வெளியேறினார்கள்.

காந்தியின் அன்றைய சொற்பொழிவு பாதியில் நிறுத்தப்பட்டிருக்கலாம். ஆனால், இந்திய அரசியலில் அவருடைய வருகையை இந்த நிகழ்ச்சிதான் உறுதியாகப் பதிவுசெய்தது, சிறிய, பெரிய தலைவர்கள், தொண்டர்களெல்லாம் அவரைக் கூர்ந்து கவனிக்கத் தொடங்கினார்கள், அவர் சொல்லும் கருத்துகளைச் சிந்திக்கலானார்கள்.

41. இந்தியாவில் காந்தி மேற்கொண்ட தொடக்கப் போராட்டங்கள் எவை?

1917ம் ஆண்டில், இப்போதைய பீகார் மாநிலத்தில் உள்ள சம்பரண் மாவட்டத்தில்தான் இந்தியாவில் தன்னுடைய முதல் சத்தியாக்கிரகப் போராட்டத்தைத் தொடங்கினார் காந்தி.

அங்குள்ள மக்களுக்கு என்ன பிரச்சினை? எதற்காகச் சத்தியாக்கிரகம் நடத்தப்பட்டது?

சம்பரண் மாவட்ட விவசாயிகள் அவர்களுடைய விருப்பத்துக்கு எதிராக அவுரி (இண்டிகோ) எனப்படும் பணப்பயிரைப் பயிரிடவேண்டியிருந்தது. இதற்கு ஒப்புக்கொள்ள மறுத்தவர்கள் பலத்த அடக்குமுறைக்கு ஆளானார்கள். இந்தக் கொடுமையை எதிர்த்துதான் காந்தி போராடினார்.

தென்னாப்பிரிக்காவில் இதேபோன்ற போராட்டங்களை அவர் நடத்தியிருந்தாலும், இந்தியாவில் இது அவருக்குப் புதிய அனுபவம்தான். மக்களுடன் நேரடியாகப் பழகுவது, உண்மையைப் பதிவுசெய்வது, கோரிக்கைகளை உறுதியுடன் முன்வைப்பது, யாருக்கும் தீங்கு நினைக்காத மனப்பான்மை ஆகியவற்றின் துணிவோடு சம்பரண் மக்களுக்கு நீதியைப் பெற்றுத்தந்தார் அவர்.

அதேபோல், அகமதாபாத் நகரில் துணி ஆலைகளில் பணியாற்றும் தொழிலாளர்களுக்கும் அந்த ஆலைகளின் முதலாளிகளுக்கும் இடையில் நடந்த பிரச்சினை காந்தியின் பார்வைக்கு வந்தது. எப்போதும்போது நடந்ததை ஆராய்ந்துபார்த்துப் புரிந்துகொண்ட காந்தி தொழிலாளர்களுக்கு ஆதரவாக நின்றார், அவர்களுடைய வேலை நிறுத்தத்தை வன்முறையற்ற வழியில் நடத்தச்செய்தார், அவர்களுடைய பிரச்சினைக்குத் தீர்வு கண்டார்.

அப்போது, குஜராத்திலுள்ள கேடா மாவட்டத்தில் விவசாயிகள் சரியான விளைச்சல் இல்லாமல் தடுமாறிக்கொண்டிருந்தார்கள். ஆனால், அரசாங்கம் அவர்கள் வழக்கமான வரியைச் செலுத்தவேண்டும் என்று பிடிவாதம் பிடித்தது. அது அந்த விவசாயிகளுக்குப் பெரும் சுமையாக இருந்தது.

இந்நிலையில் காந்தி கேடா விவசாயிகளுக்கு ஆதரவாகச் சத்தியாக்கிரகப் போராட்டத்தைத் தொடங்கினார், அதாவது, ஏழை, பணக்கார விவசாயிகள் யாராக இருந்தாலும், தாங்கள் வரி செலுத்துவதில்லை என்று அறிவிக்கச்செய்தார். மக்களுடைய தொடர் போராட்டத்துக்குப்பிறகு அரசாங்கம் இறங்கிவந்தது.

இப்படித் தொடக்கத்தில் காந்தி கையிலெடுத்துக்கொண்ட போராட்டங்கள் அளவில் சிறியவை, ஆனால், மக்களுக்கு நெருக்கமானவை. இதன்மூலம், இன்னும் பெரிய, முக்கியமான போராட்டங்களை நாடுமுழுவதும் கொண்டுசெல்வதற்கான அனுபவத்தையும் ஊக்கத்தையும் நம்பிக்கையையும் பெற்றார் காந்தி. இந்தியர்களும் அவருடைய போராட்டமுறையைச் சிறிது சிறிதாக அறிந்துகொண்டார்கள். அவருக்குப் பின்னால் அணிதிரளத் தொடங்கினார்கள்.

42. காந்தி தென்னாப்பிரிக்காவிலிருந்து இந்தியா திரும்பியபோது இங்கு அரசியல், சமூக நிலைமை எப்படி இருந்தது?

காந்தி பிறப்பதற்கு முன்பிருந்தே இந்தியாவில் பிரிட்டிஷ் ஆட்சிதான். இப்போது நாம் இந்தியா, பாகிஸ்தான், பங்களாதேஷ் என்று கூறும் மூன்று நாடுகளின் பெரும்பகுதியை அன்றைக்குப் பிரிட்டிஷ் ஆட்சியாளர்கள் ஆண்டுகொண்டிருந்தார்கள். ஆங்காங்கே சில சிறிய, நடுத்தர, பெரிய மன்னர்களுடைய ஆட்சியும் நடந்தது. ஆனால், பெரும்பாலான மன்னர்கள் பிரிட்டிஷ் பாதுகாப்பை நம்பித்தான் இருந்தார்கள்.

இந்தியாவுக்கு விடுதலை வேண்டும், நம் நாட்டை நாமே ஆளவேண்டும் என்கிற கோரிக்கைகளும் காந்தி பிறப்பதற்குமுன்பே தொடங்கிவிட்டன. ஆனால், அந்தக் கோரிக்கைகளை பிரிட்டிஷ் அரசு இரும்புக் கரம் கொண்டு நசுக்கிக்கொண்டிருந்தது. ஒருபக்கம் அமைதியான போராட்டங்கள், இன்னொருபக்கம் வன்முறையாளர்கள் என யாரையும் பிரிட்டிஷ் அரசு பொருட்படுத்தவில்லை, பேச்சுவார்த்தைகளால் சில சிறு உரிமைகள் கிடைத்தன, முழு விடுதலைக்கான சாத்தியம் தென்படவில்லை.

பிரிட்டிஷ் ஆட்சியாளர்கள் இந்தியாவை அரசியல்ரீதியில் அடிமைப்படுத்தியதுடன், பொருளாதாரரீதியிலும் சுரண்டிவந்தார்கள். வரிப்பணம், இங்குள்ள வளத்தை இங்கிலாந்தின் நன்மைக்குப் பயன்படுத்திக்கொள்வது, உள்ளூர்த் தொழில்களை நசுக்குவது என எந்தவிதத்திலும் அவர்கள் இந்தியர்களைப் பரிவுடன் நடத்தவில்லை. நாட்டில் ஏழைமை மிகுதியாகக் காணப்பட்டது.

சுருக்கமாகச் சொல்வதென்றால், இந்தியாவுக்கு விடுதலை தேவை என்கிற தெளிவு இந்தியர்களிடையில் இருந்தது, அதற்காகப் போராடும் தலைவர்களும் இருந்தார்கள், ஆனால், காந்தியின் வருகைக்குப்பிறகுதான் அந்தப் போராட்டத்தில் விரைவும் ஒழுங்கும் பரவலும் சேர்ந்துகொண்டது. தன்னுடைய முன்னோடிகளாகிய தலைவர்கள்மீது மதிப்புடன் நடந்துகொண்ட காந்தி தனக்கான பாதையை அமைத்து வன்முறையற்ற போராட்ட வழிகளுடன் முன்னேறினார், மக்களை, அடுத்தநிலைத் தலைவர்களை உடனழைத்துச் சென்றார்.

43. காந்திதான் காங்கிரஸ் கட்சியைத் தொடங்கினாரா?

இல்லை. 1885ம் ஆண்டு டிசம்பர் 28ம் தேதி, ஆலன் அக்டோவியன் ஹ்யூம் என்ற ஆங்கிலேய அலுவலருடைய முயற்சியில் இந்திய தேசிய காங்கிரஸ் தொடங்கப்பட்டது. அப்போது காந்தி பள்ளியில் படித்துக்கொண்டிருந்தார்.

அதன்பிறகு, காந்தி தென்னாப்பிரிக்காவில் சமூக, அரசியல் இயக்கங்களில் பங்கேற்கத் தொடங்கியபோது 'நேட்டால் இந்தியர் காங்கிரஸ்' என்ற அமைப்பைத் தொடங்கினார். இதற்கு அவர் சொன்ன காரணம், 'இந்தியாவுக்கு ஜீவனாக இருப்பது காங்கிரஸ்தான், நேட்டாலில் அப்பெயரைப் பிரபலப்படுத்த விரும்பினேன்.'

இதிலிருந்து, காந்தி இந்திய தேசியக் காங்கிரஸைப்பற்றி அறிந்திருந்தார், அவர்களுடைய கொள்கைகள், போராட்ட முறைகள்மீது மதிப்பு வைத்திருந்தார் என்பது புரிகிறது. இதற்குக் காரணம், அவர் மதித்த பல இந்தியத் தலைவர்கள் காங்கிரஸில் இருந்தார்கள்.

பின்னாட்களில் காந்தி காங்கிரஸ் தொண்டராகவும் அதன் சிறந்த தலைவர்களில் ஒருவராகவும் பெரும் பணிகளை ஆற்றினார், அந்தக் கட்சியின் சிந்தனைகள், வழிமுறைகளில் மிகப் பெரிய தாக்கம் செலுத்தினார்.

44. ஒத்துழையாமை இயக்கம் என்றால் என்ன? காந்தி ஏன் அதை அறிவித்தார்?

1919ல் அறிவிக்கப்பட்ட ரௌலட் சட்டம், அதே ஆண்டில் நடைபெற்ற ஜாலியன்வாலாபாக் படுகொலை ஆகியவற்றைத் தொடர்ந்து, இந்தியாவை ஆளும் பிரிட்டிஷ் அரசுக்கு எதிராக ஓர் அமைதியான, வன்முறையற்ற போராட்டத்தை அறிவித்தார் காந்தி. அதுதான் 'ஒத்துழையாமை இயக்கம்'.

ஒத்துழைத்தல் என்றால், ஒருவர் செய்யும் வேலைக்கு இணங்கி நாமும் செயல்படுதல் என்று பொருள். ஒத்துழையாமை என்றால் அவருடைய வேலைக்கு இணங்க மறுத்து நிற்றல் என்று பொருள். அதாவது, இந்தியாவில் பிரிட்டிஷ் ஆட்சியை வலுப்படுத்துவதற்கு இந்தியர்கள் அதுவரை என்னவெல்லாம் செய்துகொண்டிருந்தார்களோ அதையெல்லாம் நிறுத்தும்படி, அவர்களுக்கு ஒத்துழைக்க மறுக்கும்படி கேட்டுக்கொண்டார் காந்தி.

எடுத்துக்காட்டாக, இந்தியர்கள் பிரிட்டிஷ் பொருட்களை வாங்கிப் பயன்படுத்தினால் அதனால் அவர்களுடைய பொருளாதாரம் மேம்படும், இந்தியர்களுடைய பொருளாதாரம்

பாதிக்கப்படும். அதற்குப் பதிலாக, அவர்கள் அந்தப் பொருட்களை வாங்க மறுத்தால், உள்ளூரில் தயாரிக்கப்பட்ட பொருட்களை வாங்கினால், அது (பிரிட்டிஷாருடன்) ஒத்துழையாமை ஆகிறது.

இதேபோல் பணியாளர்கள் அரசுப் பணிகளைப் புறக்கணித்தல், மாணவர்கள் அரசுக் கல்வி நிறுவனங்களிலிருந்து வெளியேறுதல், வழக்கறிஞர்கள் அரசு அமைத்த நீதிமன்றங்களைப் புறக்கணித்தல், பிரிட்டிஷார் வழங்கிய பெருமைகள், பட்டங்களைத் திரும்ப வழங்குதல் என்று ஒத்துழையாமை இயக்கம் பலவிதங்களில் அமைந்தது. காந்தியின் கோரிக்கையை இந்தியர்கள் முழுமையாக ஏற்றுக்கொண்டு பின்பற்றினார்கள்.

ஆனால் ஒன்று, பிரிட்டிஷாருடன் ஒத்துழைக்க மறுத்தல் என்பதை பிரிட்டிஷாரை வெறுத்தல் என்று எண்ணிவிடக்கூடாது. ஒத்துழையாமை இயக்கத்தில் துளியும் வெறுப்பு இல்லை. சொல்லப்போனால், விடுதலைப் போராட்டம்முழுவதிலும் காந்தி பிரிட்டிஷார்மீது சிறிதும் வெறுப்பைக் காண்பிக்கவில்லை, அதே நேரம் தன்னுடைய கருத்தை, எதிர்பார்ப்புகளை உறுதியுடன் முன்வைத்தார். இந்த அதிசயச் சமநிலை அவருடைய போராட்டமுறையின் தனித்தன்மையாக அமைந்தது.

45. காந்தி ஒத்துழையாமை இயக்கத்தைத் திடீரென்று நிறுத்தியது ஏன்?

ஒத்துழையாமை இயக்கம் நாடுமுழுவதும் நன்கு பரவிக்கொண்டிருந்த நேரம். 1922ம் ஆண்டு பிப்ரவரி 4 அன்று, உத்தரப் பிரதேசத்தில் உள்ள செளரி செளரா என்ற இடத்தில், தொண்டர்கள் சிலரைக் காவல்துறையினர் தாக்கினார்கள். பதிலுக்கு அந்தத் தொண்டர்கள் காவல்துறையினரைத் தாக்கிக் காவல் நிலையத்துக்குத் தீ வைத்துவிட்டார்கள்.

இந்த நிகழ்ச்சியைக் கேள்விப்பட்ட காந்தி மிகவும் அதிர்ச்சியடைந்தார். வன்முறை இல்லாத இயக்கம் என்று அவர் மனத்தளவில் தீர்மானித்திருந்தபோதும், அதை வெளிப்படையாகச் சொல்லியிருந்தபோதும், மக்கள் தங்களையும் அறியாமல் வன்முறைப் பாதையில் செல்கிறார்கள் என்பதை உணர்ந்தார். அதனால் ஒத்துழையாமை இயக்கத்தை நிறுத்திவிடுவதாக அறிவித்தார்.

காந்தியின் இந்தத் தீர்மானத்தை மற்ற பல தலைவர்கள் ஏற்றுக்கொள்ளவில்லை. ஏதோ ஓர் இடத்தில் ஒரு வன்முறை நடந்தது என்பதற்காக எல்லா இடங்களிலும் இயக்கத்தை நிறுத்தவேண்டுமா என்றும் இந்திய விடுதலையை நோக்கமாகக் கொண்டு இந்த நல்ல இயக்கத்தைத் தொடர்ந்து நடத்தலாம் என்றும் அவர்கள் எண்ணியிருக்கக்கூடும். ஆனால், காந்தியைப் பொறுத்தவரை, ஒருவர் சென்று சேர்கிற இடத்தைப்போல் அதற்குச் செல்லும் வழியும் முக்கியம், வழி தூய்மையாக இருந்தால்தான் வெற்றி தூய்மையாக இருக்கும்.

46. காந்தி அகமதாபாதில் தொடங்கிய முதல் ஆசிரமம் எது?

இந்தியாவில் காந்தியின் முதல் ஆசிரமத்தின் பெயர், 'கோச்ரப் ஆசிரமம்'. 1915ம் ஆண்டு மே 25ம்தேதி அகமதாபாத் அருகிலுள்ள கோச்ரப் என்ற இடத்தில் இந்தச் "சத்யாக்கிரக ஆசிரமம்" அமைக்கப்பட்டது.

தன்னுடைய ஆசிரமத்துக்கு என்ன பெயர் சூட்டுவது என்று காந்தி பலவிதமாகச் சிந்தித்தார். 'சேவாஷ்ரம்', 'தபோவனம்' போன்ற பெயர்கள் பரிந்துரைக்கப்பட்டன. ஆனால், தான் தென்னாப்பிரிக்காவில் வெற்றிகரமாகப் பயன்படுத்திய போராட்ட முறையான 'சத்யாக்கிரக'த்தையே ஆசிரமத்துக்கும் பெயராகத் தேர்ந்தெடுத்தார் காந்தி.

கோச்ரப் சத்தியாக்கிரக ஆசிரமம் தொடங்கப்பட்டபோது, அங்கு சுமார் 25பேர் தங்கினார்கள். அதில் கி[illegible] த்து[illegible] பாதிப்பேர் தமிழர்கள்!

தன்னுடைய ஆசிரமத்துக்கான விதிமுறைகளைக் காந்தி கவனமாக வரையறுத்தார். அவற்றை முறைப்படி பின்பற்றுகிறவர்கள் எந்த வகுப்பினராக இருந்தாலும் தாராளமாக அங்கு தங்கலாம்.

கோச்ரப் ஆசிரமம் சிறப்பாக நடைபெற்றபோதும், காந்திக்கு அதில் முழு நிறைவு இல்லை. "பழத்தோட்டமோ ஒரு

பண்ணையோ பசுக்கள், விலங்குகளை வளர்ப்பதற்கான இடமோ இல்லாத ஆசிரமம் எப்படி முழுமையாகும்?" என்று யோசித்தார் அவர்.

1917ல் கோச்ரப் பகுதியில் தொற்றுநோயொன்று பரவியது. ஆசிரமத்தில் தங்கியுள்ளவர்களின் உடல்நலத்துக்காகவும் அங்கிருந்து வெளியேறவேண்டிய சூழ்நிலை ஏற்பட்டது. ஆகவே, 1917 ஜூன் 17ம் தேதி, கோச்ரப் ஆசிரமத்திலிருந்து சற்றுத் தொலைவிலுள்ள சாபர்மதி ஆற்றங்கரையில் ஓரிடத்துக்குத் தன்னுடைய ஆசிரமத்தை மாற்றிக்கொண்டார் காந்தி.

இந்தியாவில் காந்தியின் முதல் சமூக அமைப்பான கோச்ரப் சத்தியாக்கிரக ஆசிரமம் இப்போது மிகச்சிறப்பாகப் பராமரிக்கப்படுகிறது. அகமதாபாத் நகரின் மத்தியிலுள்ள இந்தச் சிறு வளாகத்தின் இயற்கை அழகும் அமைதியும் பார்க்கிறவர்களை வியக்கவைக்கும். முன்பு ஆசிரமம் இடம்பெற்றிருந்த கட்டடத்தில் ஒரு சிறு கண்காட்சியும் அமைக்கப்பட்டிருக்கிறது.

47. காந்தி அகமதாபாதில் தொடங்கிய இரண்டாவது ஆசிரமம் எது?

அகமதாபாத் நகரின் நடுவில் அழகாக ஓடுகிறது சாபர்மதி ஆறு. அதன் இருகரைகளையும் நன்கு வலுப்படுத்தி உயர்த்தியிருக்கிறார்கள். பக்கங்களில் நடைபாதை, பூங்காக்கள், கரைகளை இணைக்கும் பாலங்கள், நெடுஞ்சாலைகளை அழகுற அமைத்திருக்கிறார்கள். குழந்தைகளுக்காகப் படகுச்சவாரியும் உண்டு.

சுமார் நூறாண்டுக்குமுன்னால் *(1917)* காந்தியடிகள் இந்த ஆற்றங்கரையில் தன்னுடைய புதிய ஆசிரமத்தை அமைக்கத் தீர்மானித்தபோது, இதுபோன்ற வசதிகளெல்லாம் இருந்திருக்காது. எனினும், இங்குள்ள இயற்கை எழிலும் அமைதியான சூழ்நிலையும் அவரை ஈர்த்திருக்கவேண்டும்.

காந்தியை எல்லாரும் தீவிரமான அரசியல் தலைவராகவே அறிந்திருக்கிறோம். அவருடைய சிறப்பான நகைச்சுவை உணர்வைப்பற்றிப் பலருக்கும் தெரியாது. இதற்கு ஒரு நல்ல சான்று, சாபர்மதி ஆசிரமத்துக்கான இடத்தை எப்படித் தேர்ந்தெடுத்தீர்கள் என்ற கேள்விக்கு அவர் சொன்ன பதில்.

அப்போது இந்தப் பகுதியில் ஒரு சிறைச்சாலை இருந்ததாம், சத்யாக்கிரகத்தைப் பின்பற்றுகிறவர்கள் அடிக்கடி சிறை செல்வது

வழக்கம்தான் என்பதால், ஆசிரமத்துக்குப் பக்கத்திலேயே ஒரு சிறைச்சாலை இருந்தால் அதற்கு வசதியாக இருக்குமே என்று காந்தி விளையாட்டாகக் குறிப்பிட்டிருக்கிறார்.

அத்துடன், பொதுவாகச் சிறைச்சாலை அமைப்பதற்கான இடங்களை மிகவும் கவனமாகத் தேர்ந்தெடுப்பார்கள். தூய்மையான, நோய்கள் பரவும் சூழ்நிலை அதிகம் இல்லாத இடங்களைதான் தேர்வுசெய்வார்கள். அதனாலும் காந்திக்கு இந்த இடம் பிடித்திருந்தது.

'சாபர்மதி ஆசிரமம்', 'காந்தி ஆசிரமம்', 'ஹரிஜன் ஆசிரமம்', 'சத்யாக்கிரக ஆசிரமம்' என்று பல பெயர்களால் அறியப்படும் இந்த ஆசிரமம், இந்திய விடுதலைப் போராட்டத்தில் ஒரு முக்கியமான பங்கை ஆற்றியது. 1917முதல் 1930வரை கிட்டத்தட்ட பதினான்காண்டுகள் காந்தி இங்கிருந்து பணிபுரிந்திருக்கிறார். பல முக்கியமான அரசியல், சமூகப் போராட்டங்களுக்கான தீர்மானங்கள் இங்குதான் எடுக்கப்பட்டன. கதர், தாழ்த்தப்பட்டோர் முன்னேற்றம் போன்ற முன்னெடுப்புகளுக்கும் இந்த ஆசிரமம் மையத்தலமாக அமைந்தது. பல தலைவர்கள் இங்கு வந்துசென்றிருக்கிறார்கள், தங்கிப் பணிபுரிந்திருக்கிறார்கள்.

சாபர்மதி ஆசிரமத்தில் அன்றாடப் பணிகள் எப்படி அமைந்தன? இதோ, இப்படிதான்:

★ அதிகாலை 4மணிக்கு முதல் மணி ஒலிக்கும்; எல்லாரும் 4:30மணிக்குள் எழுந்துவிடவேண்டும்; 5மணிக்குள் குளித்துவிடவேண்டும்

★ 5முதல் 5:30வரை காலை வழிபாடு

★ 5:30லிருந்து 7மணிவரை எளிய காலை உணவு (பெரும்பாலும் பழங்கள்)

★ 7லிருந்து 8:30வரை உழைக்கவேண்டிய நேரம். கிணற்றில் நீர் கொண்டுவருதல், மாவு அரைத்தல், சமைத்தல், நூல் நூற்றல் போன்றவை.

★ 8:30லிருந்து 10வரை பள்ளிப்பணிகள், பாடம் நடத்துதல், கற்றுக்கொள்ளுதல்

★ 10லிருந்து 12வரை மதிய உணவு, பாத்திரம் தேய்த்தல்

★ 12லிருந்து 3வரை, மீண்டும் பள்ளிப்பணிகள்

★ 3லிருந்து 5வரை, மீண்டும் உழைக்கவேண்டிய நேரம்

★ 5லிருந்து 6வரை, மாலை உணவு, பாத்திரம் தேய்த்தல்

★ 6:30லிருந்து 7வரை, மாலை வழிபாடு

★ 7முதல் 9வரை, படிப்பு, விருந்தினர்களைச் சந்தித்தல்

★ 10மணிக்கு அனைவரும் தூங்கச்சென்றுவிடவேண்டும்

சுருக்கமாகச் சொன்னால், சிந்தனைக்கும் செயலுக்குமான களமாகக் காந்தி சாபர்மதி ஆசிரமத்தை அமைத்தார். எளிய வாழ்க்கைமுறை, சமரசமற்ற, உண்மையை அடிப்படையாகக் கொண்ட செயல்பாடுகளின்மூலம் நம் நாட்டை முன்னேற்றும் பணியைச் சிறப்புற நடத்தினார், ஏராளமானோருக்கு நேரடியாகக் கற்றுத்தந்தார்.

1930ம் ஆண்டு, காந்தியடிகள் உப்புச் சத்யாக்கிரகத்தைத் தொடங்கினார். அதற்காக, சாபர்மதி ஆசிரமத்திலிருந்து புறப்பட்டார். அப்போது, 'இந்தியா விடுதலை பெறும்வரை இந்த ஆசிரமத்துக்குத் திரும்பமாட்டேன்' என்று உறுதிசொல்லிவிட்டுக் கிளம்பினார்.

பதினேழாண்டுகளுக்குப்பிறகு, இந்தியாவுக்கு விடுதலை கிடைத்தது. ஆனால், காந்தியடிகள் இங்கு திரும்பி வரும் சூழ்நிலை அமையவே இல்லை.

இன்றைக்குச் சாபர்மதி ஆசிரமம் அதே பழைய சிறப்புடனும் இயற்கை அழகுடனும் பராமரிக்கப்படுகிறது. ஏராளமான சுற்றுலாப்பயணிகள் இங்கு வந்துசெல்கிறார்கள். காந்தியடிகளும் கஸ்தூரிபாவும் தங்கிய வீடு, வினோபா தங்கிய வீடு, பிரார்த்தனைக்கூடம் போன்றவற்றைக் கண்டு நெகிழ்கிறார்கள். காந்தியடிகளுடைய பணிகளைப் புகைப்படங்கள்,

கேள்வி-பதில்களின் மூலம் விவரிக்கும் இரு சிறந்த கண்காட்சிகளும் இங்குள்ளன. காந்தியைப்பற்றிய நூல்கள், ஆசிரமத் தயாரிப்புகள், கதர் ஆடைகளை விற்பனைசெய்யும் கடைகளும் அமைக்கப்பட்டுள்ளன. நம்முடைய செல்போனில் ஒலிவடிவமாக இந்த ஆசிரமத்தின் வரலாற்றைக் கேட்டபடி அதைக் கண்டு மகிழ்கிற வசதியும் உள்ளது.

காந்தியடிகள் இந்த ஆசிரமத்தைத் தொடங்கியபோதே, அவர் பெரும் தலைவராகத்தான் இருந்தார். இங்கிருந்து அவர் வெளியேறியபோது, இந்தியாவில்மட்டுமின்றி, உலகம்முழுவதும் மதிக்கப்படுகிற மாபெரும் தலைவராகிவிட்டார். சிறுமைகளை அகற்றி நல்லவற்றின்மீது உறுதியான நம்பிக்கை வைக்கிற ஓர் உள்ளத்தை உலகம் எப்படி ஏற்றுக்கொள்ளும், எப்படிக் கொண்டாடும், பணிந்து, வணங்கிப் பின்பற்றும் என்பதைச் சாபர்மதி ஆசிரமம் கண்ணெதிரே கண்டது.

48. காந்தியின் ஆசிரமத்தில் தங்குகிறவர்கள் என்னென்ன விதிமுறைகளைப் பின்பற்றவேண்டும்?

காந்தி தன்னுடைய ஆசிரமத்தில் தங்குபவர்களுக்குப் பல அறிவுறுத்தல்களைப் பல்வேறு காலகட்டங்களில் வழங்கியிருக்கிறார். அத்துடன், தன்னுடைய தொண்டர்களுக்குப் பேச்சிலும் கடிதங்களிலும் கட்டுரைகளிலும் இதுபோன்ற விஷயங்களைப்பற்றித் தொடர்ச்சியாகச் சொல்லிவந்திருக்கிறார். இவ்வாறு அவர் வலியுறுத்திய முக்கியக் கொள்கைகளைத் தொகுத்துச் சொல்வதென்றால், *'From Yeravada Mandir'* என்ற அவருடைய புத்தகத்தின் அத்தியாயங்களைப் பட்டியலிட்டால் போதும். ஏனெனில், தன்னுடைய ஆசிரமத்தில் தங்குபவர்கள் கடைப்பிடிக்கவேண்டிய முக்கியமான விஷயங்களைத்தான் காந்தி இந்த நூலில் தொகுத்திருக்கிறார்:

1. உண்மையைப் பேசவேண்டும்
2. அகிம்சை, அன்பைப் பின்பற்றவேண்டும்
3. தூய்மை பேணவேண்டும்

4. நாக்கைக் கட்டுப்படுத்தவேண்டும் (அளவாக உண்ண வேண்டும், ருசிக்கு அடிமையாகாமல் இருக்கவேண்டும்)

5. திருடக்கூடாது

6. சொத்து சேர்க்கிற ஆசை கூடாது (ஏழைமையை விரும்பி ஏற்கவேண்டும்)

7. அச்சமின்மை

8. தீண்டாமை எண்ணம் இல்லாமல் வாழவேண்டும் (அனைவரையும் சமமாக எண்ணி மதிக்கவேண்டும்)

9. உடலால் உழைக்கவேண்டும்

10. மத வேறுபாடு பேணக்கூடாது

11. பணிவு

12. நாம் எடுத்துக்கொண்ட உறுதிகளைக் கண்டிப்பாகப் பின்பற்றவேண்டும் (மன உறுதி வேண்டும்)

13. எந்தப் பலனையும் எதிர்பார்க்காமல் பிறருடைய நலனுக்காகப் பணியாற்றவேண்டும் (தியாகம்)

14. உள்நாட்டுப் பொருட்களைப் பயன்படுத்தவேண்டும்

'From Yeravada Mandir' நூலைப் படிக்க ஆர்வமாக உள்ளதா? இந்த இணையத் தளத்துக்கு வாருங்கள்: *https://mkgandhi.org/ebks/yeravda.pdf*

49. காந்திக்கு நண்பர்கள் உண்டா?

காந்தி புனிதர்தான். ஆனால், மனிதர்களிடமிருந்து விலகி வாழ்ந்தவர் இல்லை. எல்லாக் காலகட்டங்களிலும் அவருக்குப் பல நண்பர்கள் இருந்தார்கள், பல வயதினர், பல சமூகச் சூழல்களிலிருந்து வந்தவர்கள், பல நாடுகளைச் சேர்ந்தவர்களை அவர் நண்பராக்கிக்கொண்டார், அவர்களுடன் நீண்ட விவாதங்களை நிகழ்த்துவது, சிந்தித்துத் தீர்மானங்களுக்கு வருவது, கடிதங்கள் எழுதுவது போன்றவை அவருக்குப் பிடித்தமானவை.

அவ்வகையில் காந்தியின் நண்பர்களாக, அவருடன் இணைந்து பணியாற்றியவர்களாக, அவரைப் பின்பற்றியவர்களாக நாம் கருதக்கூடிய முக்கியமான சிலர் (முழுமையான பட்டியல் இல்லை):

★ ஹெர்மன் காலென்பக்

★ ஹென்றி போலக்

★ CF ஆண்ட்ரூஸ்

★ ரவீந்திரநாத் தாகூர்

★ ஜவகர்லால் நேரு

★ சர்தார் வல்லபாய் படேல்

★ வினோபா பாவே

★ சக்கரவர்த்தி ராஜகோபாலாச்சாரி (ராஜாஜி)

★ கான் அப்துல் கஃபார் கான் (எல்லைக் காந்தி)

★ மௌலானா அபுல் கலாம் ஆசாத்

★ அம்ரித் கௌர்

★ ஜி டி பிர்லா

★ ஜம்னாலால் பஜாஜ்

50. காந்தி அசைவம் சாப்பிடுவாரா?

காந்தியின் குடும்பத்தினர் அசைவம் உண்பதில்லை. ஆனால், சிறுவயதில் நண்பர் ஒருவருடைய வற்புறுத்தலால் காந்தி சிலமுறை அசைவ உணவை உண்டிருக்கிறார். அது அவருக்குக் கொஞ்சமும் பிடிக்கவில்லை, மிகுந்த குற்றவுணர்ச்சியில் தடுமாறினார். இதற்காகப் பெற்றோரிடம் பலமுறை பொய் சொல்லவேண்டியிருக்கிறது என்ற வருத்தத்தில் அசைவம் சாப்பிடுவதை நிறுத்திவிட்டார்.

இப்படிப் பெற்றோருக்காக அசைவத்தை விட்ட காந்தி பின்னர் தன்னுடைய சொந்த விருப்பத்தால் முழுமையான சைவ உணவுப் பழக்கத்தை ஏற்றுக்கொண்டார், சைவ உணவின் நன்மைகளை உரக்கச் சொல்கிறவராகவும் மாறினார்.

51. காந்தி டீ, காஃபி குடிப்பாரா?

காந்தி தேநீர், காஃபி அருந்தியிருக்கிறார். ஆனால், பின்னால் அதை விட்டுவிட்டார், அதன்மூலம் தான் எதையும் இழக்கவில்லை என்றும் பல நன்மைகளைப் பெற்றிருப்பதாகவும் *'Key to Health'* என்ற நூலில் எழுதுகிறார் அவர்.

உண்மையில், சாப்பிட்ட உணவு நன்றாகச் செரிமானம் ஆகிறவர்களுக்கு டீ, காஃபி போன்றவற்றின் உதவி தேவைப்படாது என்று காந்தி கருதினார். 'நலமாக உள்ள ஒருவர் தனக்குத் தேவையான அனைத்து மன நிறைவையும் வழக்கமான உணவிலிருந்தே பெற்றுவிடலாம்' என்பது அவருடைய எண்ணம்.

அப்படியானால், டீ, காஃபிக்குப் பதிலாக, காந்தி பரிந்துரைத்தது என்ன?

1. காய்கறி வடிசாறு (சூப்)

2. வெந்நீர், தேன், எலுமிச்சைச் சாறு ஆகியவற்றின் கலவை

52. காந்தி சினிமா பார்ப்பாரா?

1944ம் ஆண்டில் காந்தி Mission to Moscow என்ற ஆங்கிலப் படத்தையும் Ram Rajya என்ற ஹிந்திப் படத்தையும் பார்த்ததாக உர்விஷ் கோத்தாரி குறிப்பிட்டிருக்கிறார். ஆனால், பொதுவாகத் திரைப்படங்களின்மீது அவருக்கு நல்ல எண்ணம் இல்லை. திரைப்படங்களைப் பார்ப்பது நேர விரயம் என்பது காந்தியின் கருத்து. 'மக்கள் திரைப்படங்களில், திரை அரங்குகளில் நேரத்தை வீணடிக்கிறார்கள்' என்று அவர் நேரடியாகக் குற்றம் சாட்டியிருக்கிறார்.

ஆனால், திரைப்படங்களில் நல்ல விஷயங்களும் இருக்குமில்லையா? அவற்றை வைத்துப் பல விஷயங்களை மக்களுக்குக் கற்றுத்தரலாமில்லையா?

இந்த வாதத்தைக் காந்தி ஏற்கவில்லை. மூடிய திரையரங்கில் உட்கார்ந்திருப்பது மூச்சுமுட்டுகிற அனுபவமாக இருக்கும் என்றார் காந்தி. 'என்னைக் கேட்டால் திரை அரங்குகளையெல்லாம் நூற்கும் கூடங்களாக, கைவினைப் பொருட்களைச் செய்யும் தொழிற்சாலைகளாக மாற்றிவிடலாம்' என்றார் அவர். அத்துடன், நடிகர், நடிகைகளுடைய கவர்ச்சிப் புகைப்படங்கள் சினிமா விளம்பரங்களாக வெளியாவதும் அவருக்குப் பிடிக்கவில்லை. 'அவர்கள் நம் சகோதரர்கள், சகோதரிகள் இல்லையா!' என்று கேட்டார்.

53. காந்தி கிரிக்கெட் பார்ப்பாரா?

சிறுவயதில் காந்தி டென்னிஸ், கிரிக்கெட் என்று பல விளையாட்டுகளில் ஈடுபட்டுள்ளதாகத் தெரிகிறது. ஆனால், தொழில்முறை கிரிக்கெட் போட்டிகள், அவற்றை மக்கள் சென்று பார்த்தல் போன்றவற்றை அவர் ஊக்குவிக்கவில்லை.

காரணம், அவர் இந்தியாவின் அரசியல், சமூக உலகில் பெரிய ஆளுமையாக முன்னேறிய நேரத்தில், நாடு தொடர்ந்த அழுத்தத்தின்கீழ் இருந்தது. இந்நிலையில் கிரிக்கெட் போன்ற விளையாட்டுகளை அவர் ஒரு தேவையற்ற பொழுதுபோக்காகப் பார்த்திருக்கவேண்டும்.

கிரிக்கெட்டால் கிடைக்கும் உடற்பயிற்சியையும் அவர் ஒரு பொருட்டாக நினைக்கவில்லை, 'துடிப்பான உடல், மனம் கொண்டவர்கள் பலரும் விவசாயிகள், அவர்கள் இதுபோன்ற விளையாட்டுகளை விளையாடியதே இல்லை' என்று அவர் வாதிடுகிறார்.

54. காந்தி உடற்பயிற்சி செய்வாரா?

காந்தி நாள்தோறும் நடக்கிறவர். திறந்தவெளியில் நடப்பது உடலுக்கு மிகவும் நல்லது என்று அவர் கருதினார், மற்றவர்களையும் தன்னுடன் நடந்துவரும்படி ஊக்குவித்தார். 1913லிருந்து 1948வரை அவர் 79,000 கிலோமீட்டர்கள் (பூமியைச் சுற்றி இரண்டுமுறை நடக்கிற தொலைவு) நடந்ததாக மருத்துவ ஆராய்ச்சிக்கான இந்திய அவை (ICMR) வெளியிட்ட ஒரு நூலில் குறிப்பிடப்பட்டுள்ளது.

நடப்பதில் இன்னொரு நன்மை, மக்களை நேரடியாகச் சந்திக்கலாம். காந்தி தன்னுடைய கொள்கைகளைப் பரப்புவதற்கும் அது உதவியாக இருந்தது.

55. காந்தி ஏன் வழிபாட்டுக் கூட்டங்களை நடத்தினார்?

காந்தி ஆழமான கடவுள் நம்பிக்கை, ஆன்மிக உணர்வு கொண்டவர். அதனால், பிரார்த்தனை (வழிபாடு) என்பதை அவர் ஒரு வாழ்க்கை முறையாகக் கருதினார். 'வானம் இருண்டிருக்கலாம், ஆனால், கடவுளிடம் தீவிரமாக வழிபட்டால் போதும், அந்த மேகமூட்டமெல்லாம் விலகிவிடும்' என்றார் அவர்.

இதனால், தன்னுடன் தங்கியிருக்கிறவர்கள், நண்பர்கள், தொண்டர்கள் போன்றோருக்கும் தொடர் வழிபாட்டுப் பழக்கத்தை உண்டாக்குவதற்காகக் காலை, மாலையில் வழிபாட்டுக் கூட்டங்களை நடத்தத் தொடங்கினார் காந்தி. இதை அவர் தென்னாப்பிரிக்காவிலேயே தொடங்கிவிட்டார், பின்னர் இந்தியாவிலும் அது தொடர்ந்தது.

காந்தியின் வழிபாட்டுக் கூட்டங்களில் எல்லா மதங்களுக்கும் சம முக்கியத்துவம் அளிக்கப்பட்டது, பல்வேறு கடவுள்களைப்பற்றிய பாடல்கள் பாடப்பட்டன. 'நாங்கள் உங்களைப் பல பெயர்களில் அழைத்தாலும், நீங்கள் ஒருவர்தான், அதைப் புரிந்துகொள்ளும்

அறிவை எங்களுக்குக் கொடுங்கள்' என்று அந்தக் கூட்டங்களில் கலந்துகொண்டவர்கள் கடவுளை வேண்டினார்கள்.

இந்தக் கூட்டங்களின் முதன்மை நோக்கம் வழிபாடாக இருப்பினும், வழிபாட்டுக்குப்பின் காந்தி பல தலைப்புகளைப் பற்றிப் பேசுவார், பொதுமக்களுடன் தொடர்ந்து உரையாடுகிற, தன்னுடைய சிந்தனைகளை வெளிப்படுத்துகிற ஒரு வாய்ப்பாக அவர் இந்தக் கூட்டங்களைப் பயன்படுத்திக்கொண்டார்.

காந்தியின் வழிபாட்டுக் கூடங்களில் பாடப்பட்ட சில பாடல்களைக் காந்தியே ஆங்கிலத்தில் மொழிபெயர்த்து வழங்கியிருக்கிறார். அவற்றை நீங்கள் இங்கு படிக்கலாம்: *https://www.gandhi-manibhavan.org/gandhi-comes-alive/aashram-prayers.html*

56. காந்தி ஓய்வு நேரத்தில் என்ன செய்வார்?

காந்தி வாழ்நாள்முழுக்கச் சுறுசுறுப்பாக வாழ்ந்தவர். ஓய்வு நேரம் என்றோ, பொழுதுபோக்குகள் என்றோ அவர் எதையும் தனியாக உருவாக்கிக்கொண்டதாகத் தெரியவில்லை.

ஒருவேளை, எழுத்தை அவர் பொழுதுபோக்காகக் கருதியிருக்கக்கூடுமா என்றால், அதுவும் இல்லை. அவருடைய நூல்கள், இதழ்களுக்கு எழுதிய கட்டுரைகள் என அனைத்தும் அவர் மக்களிடம் உரையாட விரும்பிய விஷயங்களாகத்தான் அமைந்தன, அவருடைய தனிப்பட்ட கடிதங்கள்கூட இப்படிதான் இருக்கின்றன. காந்தியின் வாழ்க்கை வரலாற்று நூல்கள்கூட நிகழ்வுகளைக் கடந்து அவருடைய கொள்கை விளக்கங்கள்தாம்.

பொதுவாக மக்கள் விரும்புகிற திரைப்படங்கள், விளையாட்டு போன்றவையும் காந்திக்கு ஆர்வமூட்டவில்லை. 'நேரம்தான் பெரிய சொத்து. நேரத்தை வீணடிக்கிறவர்களைக் கடவுள் தண்டிப்பார் என்று கீதை சொல்கிறது' என்று அவர் எழுதியிருக்கிறார்.

காந்திக்குப் பொழுதுபோக்கில், ஓய்வெடுப்பதில் ஆர்வமில்லை என்பது இன்றைய பார்வையில் நமக்கு வியப்பாக இருக்கலாம்.

ஆனால், அவருக்குமுன்னால் இருந்த மிகப் பெரிய பணியைக் கருத்தில் கொண்டு பார்க்கும்போது, அவர் தனக்குக் கிடைத்த ஒவ்வொரு விநாடியையும் பயன்படுத்திக்கொள்ளத் தீர்மானித்தது இயல்புதான், தன்னுடைய தொண்டர்களும் இப்படி இருக்கவேண்டும், அதாவது கிடைக்கிற நேரத்தில் இயன்ற சேவைகளைச் செய்யவேண்டும் என்றுதான் அவர் விரும்பினார்.

57. காந்திக்குப் பிடித்த பாடல்கள் எவை?

காந்தி மிகவும் விரும்பிய ஒரு பாடல் இன்றைக்கு உலகப் புகழ் பெற்றுவிட்டது: 'வைஷ்ணவ் ஜன் தோ' என்று தொடங்கும் அந்தப் பாடலை எழுதியவர் நர்சி மேத்தா. கடவுளை வணங்கும் ஒரு நல்ல மனிதருடைய இயல்புகளை இந்தப் பாடல் சொல்கிறது. அந்த இயல்புகளை இவ்வாறு சுருக்கமாகக் கூறலாம்:

1. பிறர் துன்பத்தை எண்ணி வருந்துபவர்
2. பிறருடைய துன்பத்தைத் தீர்த்து உதவுபவர்
3. அதைப்பற்றிச் செருக்கு கொள்ளாதவர்
4. உலகில் அனைவரையும் மதிக்கிறவர்
5. யாரையும் தாழ்வாகக் கருதாதவர்
6. சொற்கள், செயல்கள், எண்ணங்களில் தூய்மை காப்பவர்
7. அனைவரையும் சமமாகக் கருதுபவர்
8. ஆசைகள் இல்லாதவர்
9. பிற பெண்களைத் தாயாகக் கருதுபவர்

10. பொய் சொல்லாதவர்
11. பிறர் பொருளைத் தொடாதவர்
12. உலகப் பொருட்களில் பற்று வைக்காதவர்
13. அற்ப விஷயங்களில் இருந்து விலகியிருக்கிறவர்
14. கடவுள் பெயரால் ஈர்க்கப்படுகிறவர்
15. பேராசை, ஏமாற்றும் குணம் இல்லாதவர்

இதேபோல், 'ரகுபதி ராகவ ராஜாராம்' என்று தொடங்கும் 'ராம் துன்' பாடலும் காந்திக்குப் பிடித்தமானது. லட்சுமணாச்சார்யா எழுதிய இந்தப் பாடலைக் காந்தி சிறிது மாற்றிப் பயன்படுத்திக்கொண்டார்.

ரவீந்திரநாத் தாகூரின் 'கீதாஞ்சலி' நூலில் '*When the heart is hard*' என்று தொடங்கும் பாடல் காந்திக்கு மிகவும் பிடிக்கும் என்கிறார் மார்ட்டின் கம்ப்சென். ஒருமுறை இந்தப் பாடலைப் பாடிக்காண்பிக்கும்படி தாகூரிடமே காந்தி கேட்டிருக்கிறாராம். ஆனால், தாகூருக்கு இந்தப் பாடலின் மெட்டு மறந்துவிட்டதாம். சட்டென்று அந்த இடத்திலேயே ஒரு மெட்டை உருவாக்கிப் பாடினாராம்.

இதுபோல் காந்திக்குப் பிடித்த வேறு பல பாடல்கள் அவருடைய வழிபாட்டுக் கூட்டங்களில் இடம்பெற்றுள்ளன, காந்தியும் தனிப்பட்ட கடிதங்கள், கட்டுரைகளில் அவற்றை மேற்கோள் காண்பித்துள்ளார்.

58. காந்தியின் வாழ்க்கையில் பெரும் மாற்றங்களைக் கொண்டுவந்த, நல்ல தாக்கத்தை உண்டாக்கிய நூல்கள் எவை?

1. Unto This Last (John Ruskin): 'சர்வோதயம்' (அனைவருக்கும் நன்மை) என்ற திசையில் காந்தியின் சிந்தனையைத் திருப்பிய முக்கியமான நூல்

2. The Kingdom of God is within You (Leo Tolstoy): தன்னை அகிம்சையின்பக்கம் ஈர்த்த நூல் என்று இதைக் குறிப்பிடுகிறார் காந்தி

3. பகவத்கீதை: காந்தியின் வழிகாட்டியாக அமைந்த நூல். இந்த நூலைப்பற்றிய தன் பார்வைகளைக் காந்தி விரிவாகப் பதிவுசெய்துள்ளார். அவை 'Bhagavad Gita According to Gandhi' என்ற தலைப்பில் வெளிவந்துள்ளன

4. பைபிள், குறிப்பாக, மலைப் பிரசங்கம் (The Sermon on the Mount)

59. கைராட்டை என்றால் என்ன? அதைக் காந்தி நாள்தோறும் சுழற்றியது ஏன்? பிறருக்கும் அதைப் பரிந்துரைத்தது ஏன்?

கைராட்டை என்பது கையால் சுழற்றி நூல் நூற்கிற, அதாவது, பஞ்சிலிருந்து நூலை உருவாக்குகிற ஒரு கருவி. இந்த வேலையைச் செய்ய இயந்திரங்களும் உள்ளன, ஆனால், காந்தி கைராட்டையை விரும்பியதற்கும், அதை ஓர் இயக்கமாகக் கொண்டுசென்றதற்கும் ஒரு முக்கியமான காரணம் உண்டு.

'ஒவ்வொருமுறை ராட்டையில் ஒரு நூலை நூற்கும்போதும், நான் ஏழை இந்தியர்களை நினைக்கிறேன்' என்றார் காந்தி. ஏனெனில், வறுமையில் இருக்கிற, அன்றாட உணவுக்குக்கூடக் கஷ்டப்படுகிற இந்தியர்கள் அனைவரும் செய்யக்கூடிய ஒரு வேலை என்றால், அது ராட்டை சுற்றுவதுதான். யார் வேண்டுமானாலும் எளிதில் ராட்டை சுற்றக் கற்றுக்கொள்ளலாம், இதற்குப் பெரிய முதலீடோ பொருட்களோ தேவையில்லை, ராட்டை இயந்திரத்துக்குக்கூடப் பிறரைச் சார்ந்திருக்கவேண்டியதில்லை, ராட்டையைத் தயாரிப்பது, பழுதுபார்ப்பது என அனைத்தையும் உள்ளூர் மக்களே செய்யலாம்... ஆக, இந்தியர்கள் அனைவரும் ராட்டையில் நூல் நூற்கத் தொடங்கினால், அந்த நூலுக்குச் சரியான விலை கிடைத்தால், அது ஏராளமான ஏழை

மக்களுக்கு நல்ல வருவாயைக் கொடுக்கும், அவர்களுடைய வாழ்க்கைத் தரத்தை முன்னேற்றும் என்று காந்தி கருதினார்.

ராட்டை ஏழைகளுக்குமட்டுமானது என்று காந்தி நினைக்கவில்லை. இந்திய மக்கள் அனைவரும், ஏழை, பணக்காரர்கள் என எல்லாரும் ராட்டை சுழற்றத் தொடங்கினால், நம் ஊரில் நூற்கப்பட்ட நூல் ஏராளமாகக் கிடைக்கும், அதன்மூலம் நாம் வெளிநாட்டுத் துணிகளைச் சார்ந்திருக்காமல் நமக்கான துணியை நாமே நெய்துகொள்ளலாம். இதுவும் (உள்நாட்டுப் பொருட்களைப் பயன்படுத்துதல்) காந்தியின் முக்கியமான ஒரு கொள்கை.

அதனால்தான், ராட்டை சுழற்றுவதை ஒரு தவமாகக் கருதினார் காந்தி, எல்லாரும் ராட்டை சுழற்றவேண்டும், அதன்மூலம் பெரும்பான்மை மக்களுடன் தங்களை அடையாளம் காணவேண்டும் என்று வலியுறுத்தினார். அவரைப் பின்பற்றிப் பல தலைவர்கள் ராட்டையில் நூல் நூற்கத் தொடங்கினார்கள்.

60. கதர் என்றால் என்ன? காந்திக்கும் அதற்கும் என்ன தொடர்பு?

'கதர்' அல்லது 'காதி' என்பது, பருத்தியிலிருந்து கையால் நூற்கப்பட்ட நூலைக் கொண்டு கையால் நெய்யப்பட்ட துணியையும், அந்தத் துணியில் தைக்கப்பட்ட ஆடையையும் குறிக்கிறது. இந்திய விடுதலைப் போராட்டத்தின்போது காந்தியால் அறிமுகப்படுத்தப்பட்ட கதர் ஆடை மிக விரைவாக நாடுமுழுவதும் பரவியது, அதற்கான கட்டமைப்பையும் காந்தி உருவாக்கினார், அவருடைய கொள்கைகளை ஏற்றுக்கொண்ட தலைவர்களும் தொண்டர்களும் கதராடை அணிந்தார்கள், கதர் விற்றார்கள், மற்றவர்களையும் கதர் அணியவேண்டும் என்று ஊக்குவித்தார்கள்.

விடுதலைப் போராட்டத்தில் ஈடுபடும் தொண்டர்கள் கதர் விற்பது என்பது சிறு முரணாகத் தோன்றலாம். ஆனால், கதராடைக்கான நூலை நூற்பவர்கள் இந்தியாவின் பெரும்பான்மை ஏழைகள், அவர்களுடைய நூலுக்கான தேவை உருவாகவேண்டுமென்றால், மக்கள் வெளிநாட்டில் தயாரான ஆடைகளை விரும்பாமல் உள்நாட்டு ஆடைகளை

வாங்கவேண்டும், அந்த ஆடைகள் சற்று முரட்டுத்தனமாக இருந்தாலும் பரவாயில்லை என்று விரும்பி அணியவேண்டும், அதற்குதான் இந்தப் பரப்புரை தேவைப்பட்டது. இதன்மூலம், நாட்டில் கதருக்கான வரவேற்பு பெருகப் பெருக, இன்னொருபக்கம் பெரும்பான்மை மக்களுக்கான வாழ்வாதாரம் உருவாக்கப்பட்டது. கதர் விற்பனையைப்போல் கதர் உற்பத்தியும் ஓர் இயக்கமாகப் பரவியது.

அதற்காக, கதர் ஆடைகள் அனைத்தும் மோசமான தரம் கொண்டவை என்று எண்ணிவிடக்கூடாது. நூல், துணியின் தரத்தை மேம்படுத்தத் தேவையான அனைத்து முயற்சிகளும் எடுக்கப்பட்டன. அதேபோல், கதர் விற்பனையால் கிடைக்கும் வருவாய் இயன்றவரை முழுமையாகவும் விரைவாகவும் ஏழைகளுக்குச் சென்று சேர்ந்தது.

இன்றைக்கும் இந்தியாவில் பல கதர் உற்பத்தி, விற்பனை அமைப்புகள் உள்ளன, அடித்தள மக்களுக்கு உதவிக்கொண்டிருக்கின்றன. இன்றைக்குக் கதர் அணிவோர் எண்ணிக்கையில் சிறுபான்மையாக இருந்தாலும், காந்தியின் மாதிரி இன்னும் வேலைசெய்துகொண்டுதான் இருக்கிறது.

61. இயல்பாக உடுத்திக்கொண்டிருந்த காந்தி திடீரென்று அரையாடைக்கு மாறியது ஏன்?

1921ம் ஆண்டு. காந்தி கதர் ஆடையின் முக்கியத்துவத்தை, அது வழங்கும் செய்தியை மக்களுக்குத் தெரிவித்துப் பரப்பிக்கொண்டிருந்த நேரம். எல்லாரும் கதர் அணியவேண்டும் என்பதுதான் காந்தியின் விருப்பம். ஆனால், ஒப்பீட்டளவில் கதர் ஆடையின் விலை கூடுதலாக இருந்தது. அதனால், அனைவரும் அவ்வளவு விலை கொடுத்துக் கதர் வாங்க இயலாது. குறிப்பாக, ஏழைகளுக்கு அது மிகவும் கடினம்.

இதைப்பற்றித் தொடர்ந்து சிந்தித்த காந்தி ஒரு தீர்மானத்துக்கு வந்தார்: உடை விஷயத்தில் ஆடம்பரம் இல்லாமல் மானத்தைக் காக்கத் தேவையான அளவு ஆடையைமட்டும் அணிந்துகொண்டால் போதும். இதற்கு இன்னொரு காரணமும் உண்டு. அன்றைய இந்தியாவின் ஏழைகள் இப்படிப்பட்ட எளிய ஆடைகளைத்தான் உடுத்திக்கொண்டிருந்தார்கள். அவர்களில் ஒருவராகத் தன்னை அடையாளப்படுத்திக்கொள்ள விரும்பிய காந்தி ஆடை விஷயத்தில் அவர்களைப் பின்பற்றுவது பொருத்தம்தான். காந்தி இந்தத் தீர்மானத்தைச் செயல்படுத்திய நாள், அதாவது, அவர் முதன்முறையாக அரையாடையுடன் மக்கள் முன்னால் வந்து பேசிய நாள், 1921 செப்டம்பர் 22. வரலாற்றுச் சிறப்பு மிக்க அந்த நிகழ்ச்சி நடைபெற்ற இடம், தமிழ்நாட்டின் முக்கிய நகரங்களில் ஒன்றான மதுரை.

62. நவீன மருத்துவத்தைப்பற்றிக் காந்தியின் கருத்து என்ன?

காந்தி இயற்கை மருத்துவத்தை நம்பியவர். அதுதொடர்பாகப் பல பரிசோதனைகளைச் செய்துபார்த்தவர், நிறைய எழுதியவர். அதனால், அவர் நவீன மருத்துவத்துக்கு எதிரானவர் என்கிற ஒரு தவறான நம்பிக்கை மக்கள் மனத்தில் இருக்கிறது. ஆனால், உண்மை அதுதானா?

'நவீன மருத்துவம்பற்றிய காந்தியின் பார்வைகளைக் கவனமாகவும் காலவரிசைப்படியும் படித்துப் பார்த்தால், அவர் இதுபற்றிய தன்னுடைய சிந்தனையில் படிப்படியாக முதிர்ச்சி பெற்றிருப்பது தெரிகிறது' என்கிறார் ராமச்சந்திர குஹா, 'ஒருகாலத்தில் நவீன மருத்துவத்தின்மீது ஐயம் கொண்டிருந்த காந்தி, பின்னர் அதன் பயன்பாடுகளைப் புரிந்துகொண்டு பாராட்டத்தொடங்கினார். குறிப்பாக, நவீன மருத்துவத்தின் ஆராய்ச்சி மனப்பான்மை அவருக்குப் பிடித்திருந்தது. ஆனால், பல மருத்துவர்களும் மருத்துவமனைகளும் பணம் சம்பாதிப்பதற்காகத் தவறான வழிகளில் ஈடுபடுவது அவருக்குப் பிடிக்கவில்லை.'

அதாவது, நவீன மருத்துவம் தொடர்ச்சியான ஆராய்ச்சிகள், பரிசோதனைகள், முயற்சிகளின் அடிப்படையில் தன்னைத் தொடர்ந்து மேம்படுத்திக்கொள்கிறது, நோய்களைக் கண்டறிதல், சிகிச்சையளித்தல் ஆகியவற்றுக்கான புதிய, மேம்பட்ட முறைகளைக் கண்டுபிடிக்கிறது. இந்த உணர்வை மற்ற மருத்துவ முறைகளைச் சேர்ந்த வல்லுனர்களும் பின்பற்றவேண்டும் என்று காந்தி விரும்பினார்.

காந்தி சில குறிப்பிட்ட சூழ்நிலைகளில் நவீன மருத்துவச் சிகிச்சைக்குத் தன்னை உட்படுத்திக்கொண்டதுண்டு. அவருக்கு அறுவைச் சிகிச்சைகள்கூட நடந்திருக்கின்றன. ஆனால், செயற்கை மருந்துகளை நம்பாமல் இயற்கையான வாழ்க்கைமுறை, உணவுப் பழக்கம், மருந்துகளின்மூலம் நலனைப் பெறலாம் என்பதுதான் அவருடைய பொதுவான கொள்கையாக இருந்தது.

63. அன்றைய பிரிட்டிஷ் அரசு காந்தியை எப்படிப் பார்த்தது?

காந்தி தென்னாப்பிரிக்காவிலிருந்து இந்தியாவுக்கு வந்த சில ஆண்டுகளுக்குள் இந்தியாவின் மிகப் பெரிய அரசியல் தலைவர்களில் ஒருவராகத் தன்னை நிறுவிக்கொண்டுவிட்டார். மற்ற தலைவர்கள், தொண்டர்கள், பொதுமக்கள் எனப் பெரும்பாலானோர் அவரை ஏற்றுக்கொண்டுவிட்டார்கள். காந்திக்கு எதிர்ச் சிந்தனை கொண்ட தலைவர்களும் இருந்தார்கள் என்றபோதும், இந்திய விடுதலைக்கான போராட்ட முறைகளில் காந்தியின் வழிதான் முதன்மையானது என்பதில் எந்த ஐயமும் இல்லை.

இதனால், பிரிட்டிஷ் அரசு காந்தியை இந்தியர்களுடைய பிரதிநிதியாகக் கருதவேண்டிய சூழ்நிலை மிக விரைவில் ஏற்பட்டுவிட்டது. அவர்கள் அவரைக் கைது செய்ததுண்டு, நெடுங்காலம் சிறையில் அடைத்ததுண்டு, அதே நேரம் பலமுறை பேச்சுவார்த்தை மேசைக்கு வரவேற்றுப் பேசியதும் உண்டு.

1930கள், 1940களில் பிரிட்டிஷ் அரசு இந்தியர்களைப்பற்றிக் கொண்டிருந்த பார்வை படிப்படியாக மாறியது. இதற்குக் காந்தியின் தொடர்ச்சியான உரையாடல்கள், கடிதங்கள்,

கட்டுரைகள் ஒரு முக்கியமான காரணம். பல பிரிட்டிஷ் பிரதிநிதிகளுடன் அவர் பேசியிருக்கிறார், தன்னுடைய கருத்தை அன்பாகவும் உறுதியாகவும் வலியுறுத்தியிருக்கிறார், தேவையான நேரங்களில் போராட்டங்களையும் அறிவித்துச் செயல்படுத்தியிருக்கிறார், ஒருபக்கம் பேச்சுவார்த்தை/ உரையாடல் வழி, இன்னொருபக்கம் (அமைதியான) போராட்ட வழி ஆகிய இரண்டையும் பொருத்தமான வகைகளில் அவர் தொடர்ந்து பின்பற்றினார்.

அதே நேரம், காந்தி ஒருபோதும் தன்னை ஒரு சர்வாதிகாரியைப்போல் நிறுவிக்கொள்ளவில்லை. மற்ற தலைவர்களுடைய, குறிப்பாக ஒவ்வொரு குழுவின் பிரதிநிதிகளுடைய கருத்துகளையும் கேட்டுத்தான் செயல் பட்டார். எல்லாருக்குமான விடுதலை என்பது அவருடைய நோக்கமாக இருந்தது.

64. காந்திக்கு என்னென்ன மொழிகள் தெரியும்?

காந்தியின் தாய்மொழியாகிய குஜராத்தியிலும் ஆங்கிலத்திலும் அவர் நல்ல வல்லமை பெற்றிருந்தார். இந்த இரு மொழிகளில் பல்லாயிரக்கணக்கான பக்கங்களை அவர் எழுதியிருக்கிறார், பேசியிருக்கிறார்.

அவர் ஆங்கிலத்தில் சிறந்து விளங்கியபோதும், இந்தியாவில் இந்தி/இந்துஸ்தானிக்கான இடத்தை வலியுறுத்தினார். காரணம், ஆங்கிலம் தெரிந்தவர்கள், தெரியாதவர்கள் என்கிற மிகப் பெரிய இடைவெளி உருவாவதை அவர் விரும்பவில்லை, இந்தியர்கள் அனைவரையும் ஒரு புள்ளியில் இணைக்கக்கூடிய வேறொரு மொழியை நாடினார்.

இவற்றுடன், சமஸ்கிருதம், ஃபிரெஞ்சு, லத்தீன், உருது, தமிழ், தெலுங்கு மொழிகளைக் கற்றுக்கொண்டதாகவும், அரபிய, பெர்சிய மொழிகளைக் கற்க விரும்பியதாகவும் ஆய்வாளர் சாரா எலைன் ஈட்டன் எழுதுகிறார். இவருடைய ஆய்வின்படி காந்தி 11 மொழிகளை வெவ்வேறு அளவுகளில் அறிந்திருந்தார். அகமதாபாதில் உள்ள காந்தியின் சாபர்மதி ஆசிரமத்தில்

வெவ்வேறு மொழிகளில் அவருடைய கையொப்பங்களை அழகாகக் காட்சிப்படுத்தியிருக்கிறார்கள்.

காந்தி பல மொழிகளைக் கற்க விரும்பியதன் காரணம், மக்களுடன் அவர்களுடைய மொழியில் உரையாடுவதில் இருக்கும் நன்மைகளை, அது உருவாக்கும் நெருக்கவுணர்வை, தோழமையை அவர் அறிந்திருந்தார், அதற்காக உழைக்கத் தயாராக இருந்தார்.

65. காந்தி எழுதிய முதல் புத்தகம் எது?

1908ம் ஆண்டு காந்தி லண்டனிலிருந்து தென்னாப்பிரிக்காவுக்குத் திரும்பிக்கொண்டிருந்தபோது, அந்தக் கப்பல் பயணத்தில் ஒரு புத்தகத்தை எழுதினார். குஜராத்தி மொழியில் எழுதப்பட்ட அந்தப் புத்தகத்தின் பெயர் "ஹிந்த் ஸ்வராஜ்" அல்லது "இந்தியத் தன்னாட்சி".

காந்தி இந்தப் புத்தகத்தை எழுதக் காரணம், இந்தியா விடுதலை பெறுவதற்கு வன்முறை வழிதான் சிறந்தது என்கிற எண்ணம் அப்போது சிலர் மனத்தில் எழுந்திருந்தது. இவ்வாறு சிந்திக்கக்கூடிய சிலரை லண்டனில் சந்தித்துப் பேசினார் காந்தி. அவர்களுடைய துணிச்சலை அவர் வியந்தார், ஆனால், அவர்கள் செல்லும் வழி சரியில்லை என்று கருதினார்.

அப்போது காந்தியின் சத்தியாக்கிரகப் போராட்டம் தென்னாப்பிரிக்காவில் வலுப்பெற்றுக்கொண்டிருந்தது. அதன்மூலம் அவருக்குக் கிடைத்திருந்த நம்பிக்கையை அடிப்படையாகக் கொண்டு, 'இந்தியாவுக்கு விடுதலை பெறுவதற்கு வன்முறை அல்லாத வழிதான் சரியானது' என்கிற கருத்தை வலியுறுத்தி இந்தப் புத்தகத்தை எழுதினார் அவர். பின்னர் இது அவருடைய "இந்தியன் ஒப்பீனியன்"

இதழில் பத்திகளாக வெளியிடப்பட்டது, ஆங்கிலத்திலும் மொழிபெயர்க்கப்பட்டது.

காந்தியின் இந்தப் புத்தகம் பரவலான வரவேற்பைப் பெற்றது. ஆனால், பம்பாய் அரசாங்கம் அதைத் தடை செய்தது. இதைப்பற்றி விவரிக்கும் காந்தி, 'இது வெறுப்புக்குப் பதில் அன்பைக் கற்றுத்தரும் புத்தகம், பிறர்மீது செலுத்தும் வன்முறையின் இடத்தில் தன்னைத் தியாகம் செய்துகொள்வதை வைக்கும் புத்தகம், வலிமைக்கு எதிராக ஆன்ம ஆற்றலை முன்வைக்கும் புத்தகம்' என்று எழுதுகிறார்.

66. காந்தியின் சுயசரிதை (தன்வரலாறு) எது?

காந்தியின் சுயசரிதை உலகில் மிகப் புகழ் பெற்ற புத்தகங்களில் ஒன்று, ஏராளமான மொழிகளில் மொழிபெயர்க்கப்பட்டது, பல தலைமுறைகளில் ஏராளமானோரால் படிக்கப்பட்டது, இன்னும் படிக்கப்பட்டுக்கொண்டிருப்பது.

'*My Experiments With Truth*' என்று ஆங்கிலத்திலும், 'சத்திய சோதனை' என்று தமிழிலும் அழைக்கப்படும் இந்தப் புத்தகம் 1921ல் தொடங்கிக் குஜராத்தி மொழியில் எழுதப்பட்டது, 1925முதல் 1929வரை தொடராக வெளியானது, பின்னர் ஆங்கிலம், பிற மொழிகளிலும் வெளியானது. காந்தியை நேரடியாக அறிந்துகொள்ள, அவருடைய சிந்தனைகளை, அவற்றில் ஏற்பட்ட மாற்றங்களை, அவருடைய பல செயல்பாடுகளுக்கான காரணங்களைப் புரிந்துகொள்ள மிகச் சிறந்த நூல் இதுதான்.

காந்தியின் 'சத்திய சோதனை' நூலை இலவசமாகப் படிக்க விரும்புகிறீர்களா? அதற்கான இணைப்புகள் இதோ:

ஆங்கிலம்: *https://www.mkgandhi.org/autobio/autobio.htm*

தமிழ்: *http://www.tamilvu.org/library/lA472/html/lA472ind.htm*

ஒரு விஷயம், காந்தி 1948வரை வாழ்ந்தவர் என்பதால், அவருடைய வாழ்க்கையின் பிற்பகுதியைப்பற்றிய தகவல்கள் இந்த நூலில் இல்லை. அவற்றைத் தெரிந்துகொள்வதற்குக் காந்தியின் மற்ற எழுத்துகளையும் நீங்கள் படிக்கவேண்டும். இவை "*Collected Works of Mahatma Gandhi*" என்ற தலைப்பில் 98 தொகுப்புகளாகக் கிடைக்கின்றன. இணையத்தில் இவற்றை இலவசமாகப் பெறலாம். அதற்கான முகவரி: *https://www.gandhiashramsevagram.org/gandhi-literature/collected-works-of-mahatma-gandhi-volume-1-to-98.php*

67. காந்தி பலருக்குப் பல்வேறு கடிதங்களை எழுதிக் குவித்தது ஏன்?

இன்றைக்குத் தொலைபேசியும் இணையமும் நம்முடைய முதன்மைத் தகவல் தொடர்புக் கருவிகளாக உள்ளன. உலகின் பல பகுதிகளுக்கு விமானத்தில் பறந்து மக்களைச் சந்தித்துப் பேசும் சாத்தியங்களும் மிகுதியாகிவிட்டன. இதனால், கடிதங்களின் முக்கியத்துவத்தை நாம் உணர்வதில்லை.

காந்தி வாழ்ந்த காலகட்டத்தில் கடிதங்கள்தான் முதன்மையான தகவல் தொடர்புக் கருவிகளாக இருந்தன. சாலைகள் சரியாக அமையாத, வெளிநாடுகளுக்குச் செல்வதற்கு நீண்ட கப்பல் பயணங்கள் தேவைப்பட்ட அன்றைய சூழ்நிலையில் காந்தி தன்னுடைய நண்பர்கள், தலைவர்கள், தொண்டர்கள், பிறருடன் கடிதங்களின்மூலம் நெருக்கமான தொடர்பு கொண்டிருந்தார், இதற்காக நாள்தோறும் ஒரு குறிப்பிட்ட நேரத்தை வழங்கினார், தனக்கு வந்த கடிதங்களைப் படித்தார், விரிவான பதில் கடிதங்களை எழுதினார்.

ஒருவிதத்தில், தன்னுடைய மனத்தைத் திறந்து வைப்பதற்கும் சிந்தனைகளைத் திரும்பச் சொல்லித் தெளிவுபடுத்திக் கொள்வதற்கும்கூட காந்தி கடிதங்களைப் பயன்படுத்தினார். அவை அந்தந்தக் காலகட்டத்தின் வரலாற்றுப் பதிவுகளாகவும் அமைகின்றன. 'அவருடைய கடிதங்களில் மனிதகுலத்தின்மீதான அன்பும் தோழமையும் நிறைந்துள்ளன' என்று எழுதுகிறார் 1947ல் காந்தியின் முக்கியமான கடிதங்களைத் தொகுத்து வெளியிட்ட ஆர்.எல். கிப்பிள்.

68. காந்தியின் எழுத்துகளை எங்கு படிக்கலாம்?

காந்தியின் எழுத்துகள் அனைத்தும் *"Collected Works of Mahatma Gandhi"* என்ற தலைப்பில் *98* தொகுப்புகளாகக் கிடைக்கின்றன. காந்தியைப்பற்றிய எந்தவோர் ஆய்வுக்கும் புரிந்துகொள்ளலுக்கும் மிகச் சிறந்த தொடக்கப் புள்ளி இந்தத் தொகுப்புகள்தாம். இவற்றை நீங்கள் இணையத்தில் இலவசமாகப் பெறலாம். அதற்கான முகவரி: *https://www.gandhiashramsevagram.org/gandhi-literature/collected-works-of-mahatma-gandhi-volume-1-to-98.php*

98 மிகப் பெரிய தொகுப்புகளைப் படிப்பது எல்லார்க்கும் எளிதில்லை. அதனால், காந்தியைப் புரிந்துகொள்ள விரும்புகிற எல்லாரும் படிக்கவேண்டிய சில முக்கியமான பகுதிகள் *"The Selected Works of Mahatma Gandhi"* என்ற பெயரில் ஐந்து தொகுதிகளாகக் கிடைக்கின்றன. இவற்றை அச்சு நூலாக வாங்கிப் படிக்கலாம், அல்லது, மின்னூலாக இலவசமாகப் பெறலாம். அதற்கான முகவரி: *https://www.mkgandhi.org/imp_bks.htm*

௬௯. அகிம்சை என்றால் என்ன?

பிறரைத் துன்புறுத்துவதை 'இம்சை' என்பார்கள். அதன் எதிர்ப்பதம்தான் 'அகிம்சை', அதாவது, பிறரைத் துன்புறுத்தாமலிருத்தல்.

ஆனால், இந்த வரையறையைக் காந்தி முழுமையானதாக ஏற்றுக்கொள்ளவில்லை. 'அகிம்சையில் பல அம்சங்கள் இருக்கின்றன, அவற்றில் ஒன்றுதான் பிறரைத் துன்புறுத்தாமலிருத்தல், சொல்லப்போனால், அகிம்சையின் மிகச்சிறிய வெளிப்பாடுதான் அது' என்கிறார் அவர்.

வருத்தமான விஷயம், அந்த மிகச்சிறிய வெளிப்பாட்டைக்கூடப் பலர் பின்பற்றுவதில்லை. தெரிந்தும் தெரியாமலும் சக மனிதர்களை, உயிர்களை, இயற்கையைத் துன்புறுத்திக கொண்டிருக்கிறார்கள்.

எடுத்துக்காட்டாக, ஒருவர் தன்னுடைய வண்டியை இன்னொருவருக்கு விற்கிறார், அதில் இருக்கும் குறைகளைச் சொல்லாமல் மறைத்துவிடுகிறார், அதில் இல்லாத சிறப்புகளையெல்லாம் சேர்த்துச்சொல்கிறார், அதன்மூலம் அந்தச் சுமாரான வண்டிக்கு அதிகப் பணத்தைப் பெறுகிறார், அதை எண்ணி மகிழ்கிறார்.

இவரைப் பொறுத்தவரை, இவருடைய வண்டி அதிக விலைக்கு விற்கப்பட்டுவிட்டது; இவருடைய வங்கிக்கணக்கில் கூடுதலாகப் பணம் சேர்ந்துவிட்டது; ஆகவே இவருக்கு மகிழ்ச்சி உண்டாகிறது.

அதேசமயம், குறைகளுள்ள அவருடைய வண்டியை அதிகப் பணம் கொடுத்து இன்னொருவர் வாங்கியிருக்கிறார்; அதனால் அவருக்கு உடனடியாக ஏற்பட்டிருக்கிற பொருளிழப்பு ஒருபுறமிருக்க, பின்னால் அந்த வண்டியைப் பழுதுபார்ப்பதற்காகவும் அவர் நிறையப் பணத்தைச் செலவழிக்கவேண்டியிருக்கும். முக்கியமான நேரத்தில் வண்டி சரியாக ஓடாவிட்டால் வேறு பல பிரச்னைகளையும் அவர் சந்திக்கக்கூடும்.

வண்டியை விற்றவர் இதையெல்லாம் சிந்திப்பதில்லை; இன்னொருவருக்கு இதனால் துன்பம் வருமே என்று வருந்துவதில்லை. காரணம், தன்னைப்போலவே அவரும் ஒரு மனிதர்தான் என்பதையே இவர் நினைப்பதில்லை; ஆகவே, அவருக்கு வரக்கூடிய துன்பம் இவருக்குப் பாதிப்பை உண்டாக்குவதில்லை.

ஒருவேளை இவர் இந்த வண்டியைத் தன்னுடைய நெருங்கிய நண்பர் அல்லது உறவினருக்கு விற்கிறார் என்று வைத்துக்கொள்வோம். அப்போது ஏமாற்றத்தோன்றுமா? அதிக லாபத்துக்காகப் பொய்சொல்லத்தோன்றுமா? 'என் நண்பர், என் குடும்பத்தினருக்கு நஷ்டம் ஏற்படக்கூடாது' என்று நினைத்து உண்மையாக நடந்துகொள்வாரல்லவா?

அந்தச் சிந்தனையை ஒட்டுமொத்த உலகத்துக்கும் நீட்டிக்கவேண்டும். மற்றவர்கள், மற்ற உயிர்கள், பொருட்கள் என்று நாம் நினைப்பவையெல்லாம் நாம்தான், நம்முடைய பகுதிகள்தான், நம்முடைய குடும்பத்தினர்தான், அவர்கள் எல்லாரும் நன்றாக இருக்கவேண்டும் என்று நினைப்பவர் தானாக அகிம்சையின்பக்கம் வருவார்.

ஒருவர் கடையில் இனிப்பை வாங்கிச் சாப்பிடுகிறார்; அதன் உறையைத் தெருவில் வீசுகிறார். காரணம், அந்தக் குப்பையின்மீது

நடக்கப்போகிற சக மனிதர்கள்மீது அன்பில்லை, அதைப் பொறுக்கப்போகும் இன்னொரு மனிதர்மீது அன்பில்லை, இயற்கைமீது அன்பில்லை, ஊர்மீது அன்பில்லை, அவ்வாறு அன்பிருந்தால் அந்த ஊரைக் குப்பையாக்குவாரா?

ஆக, 'நான் யாரையும் தடியெடுத்துத் தாக்கவில்லை; ஆகவே, நான் பிறர்மீது அன்புசெலுத்துகிறேன்; அகிம்சையைப் பின்பற்றுகிறேன்' என்று சொல்லிவிட இயலாது. அதனால்தான் அகிம்சைக்குப் பல வெளிப்பாடுகள் உண்டு என்றார் காந்தி: தீய எண்ணங்களை அகற்றுவது, தேவையில்லாத பரபரப்பை விடுவது, பொய்சொல்லாமலிருப்பது, பிறரை வெறுக்காமலிருப்பது, பிறருக்குக் கெடுதல் வரவேண்டுமென்று மனத்தாலும் எண்ணாமலிருப்பது, பிறருக்குத் தேவையானவற்றை நாம் வைத்துக்கொள்ளாமலிருப்பது… இவற்றையெல்லாம் ஒவ்வொருவரும் பின்பற்றினால், ஒட்டுமொத்தச் சமூகமும் நன்றாக இருக்கும், அனைவரும் உண்மையின் பாதையில் நடக்கலாம்.

'அகிம்சையும் உண்மையும் ஒரே நாணயத்தின் இரு பக்கங்கள்' என்கிறார் காந்தி. 'அகிம்சை என்னும் வழியைப் பயன்படுத்தினால், உண்மை என்னும் இடத்துக்குச் சென்று சேரலாம். ஆகவே, அகிம்சைதான் நம்முடைய முதன்மையான கடமை!'

70. காந்தி உண்மையை வலியுறுத்தியது ஏன்?

அன்பு வழியில் செல்லவிரும்புவோருக்குக் காந்தி வழங்கும் முதல் பண்பு, உண்மை!

வடமொழியில் இதைச் 'சத்தியம்' என்பார்கள். அதன் வேர்ச்சொல்லான 'சத்' என்பதன் பொருள், இருத்தல்.

இவ்வுலகில் இருப்பது உண்மை ஒன்றுதான். மற்ற ஏதும் உண்மையில் இல்லை என்கிறார் காந்தி.

கடவுள் எங்கும் இருக்கிறார் என்கிறோம். அவருக்குப் பல பெயர்களைச் சொல்லி அழைக்கிறோம், 'உலகின் தலைவர்' என்கிறோம், 'மன்னர்களுக்கெல்லாம் மன்னர்' என்கிறோம், 'அனைத்தையும்விட உயர்வானவர்' என்கிறோம், இப்படி இன்னும் பலவிதமாக அவரைச் சிறப்பித்து அழைத்து வணங்குகிறோம்.

அப்படிக் கடவுளின் பல பெயர்களில், விவரிப்புகளில் ஒன்றாக 'உண்மை'யைக் குறிப்பிடுகிறார் காந்தி. சொல்லப்போனால், கடவுளுடைய முதன்மையான பெயரே அதுதான், கடவுளுக்குச் சொல்லப்படும் பல பெயர்களையெல்லாம்விடச் சரியான, அவருக்கு முழுமையாகச் சிறப்பு சேர்க்கிற பெயர் அதுதான் என்கிறார்.

கடவுள் உண்மையானவர் என்கிறோம். ஆனால், உண்மைதான் கடவுள் என்று சொல்வதே மிகச்சரியாக இருக்கும் என்று காந்திக்குத் தோன்றுகிறது. அதேபோல், உண்மைதான் அறிவாகிறது. உண்மையை அறியாதவர்கள் அறியாமையில் உழல்கிறார்கள். அறிவு மலர்ந்துவிட்டால், மகிழ்ச்சி பிறக்கிறது. அங்கு சோகத்துக்கு இடமில்லை.

உண்மை நிலையானது. அதிலிருந்து கிடைக்கும் அறிவும், அந்த அறிவிலிருந்து கிடைக்கும் மகிழ்ச்சியும் நிலையானவை. யாராலும் எதனாலும் அவற்றை அழிக்க இயலாது.

விரைவில் அழியக்கூடிய ஒரு வீடு இருக்கிறது. பல்லாண்டு காலத்துக்கு நிலைத்திருக்கக்கூடிய வலுவான கோட்டையொன்று இருக்கிறது. இந்த இரண்டில் எதை நாம் தேர்ந்தெடுத்துக் குடியேறுவோம்? எளிதில் அழிந்துவிடக்கூடிய இடத்தைவிட, என்றென்றும் நிலைத்திருக்கிற இடத்தைத்தான் தேர்ந்தெடுப்போம். அதைப்போல, நிரந்தரமான உண்மையைதான் நாம் பின்பற்றவேண்டும். அந்தப் பின்பற்றுதல்தான் நம்முடைய வாழ்க்கையின் ஒரே நோக்கம். நம்முடைய செயல்பாடுகள் அனைத்தும் உண்மையைச் சுற்றியே அமையவேண்டும். அதுவே நம் மூச்சுக்காற்றாக இருக்கவேண்டும்.

இந்த ஒன்றைச் சரியாகச் செய்துவிட்டால், அன்பு வழிக்கான மற்ற விதிமுறைகள் எல்லாம் சரியாக அமைந்துவிடும் என்று வலியுறுத்துகிறார் காந்தி. அதாவது, நாம் உண்மையைப் பின்பற்றினால், மற்ற விதிமுறைகளைத் தானே பின்பற்றுவோம், அதற்காக நாம் மெனக்கெட்டுச் சிரமப்படவேண்டியிருக்காது.

மாறாக, உண்மையைப் பின்பற்றாதவன் வாழ்க்கையில் வேறு எந்த விதிமுறைகளையும் பின்பற்ற இயலாமல் சிரமப்படுவான். ஒருவேளை பின்பற்றினாலும், உண்மை இல்லாதவரையில் அவற்றால் எந்தப் பலனும் கிடைக்காது. காந்தி தன்னுடைய வாழ்க்கையைத் தன்வரலாறாக எழுதியபோது, அதற்குச் 'சத்தியசோதனை' என்று பெயர்சூட்டினார். ஏனெனில், அவர் பின்பற்றிய பல கொள்கைகளுக்கு உண்மைதான் அடிப்படை.

71. காந்தி, ஹிட்லருக்குக் கடிதம் எழுதியது ஏன்?

இரண்டாம் உலகப் போர் மூண்டுகொண்டிருந்த நேரம். அந்தப் போரைத் தடுக்கவேண்டுமென்றால், ஒரே ஒருவருடைய மனம் மாறவேண்டும்: ஜெர்மனியின் அப்போதைய ஆட்சியாளரான அடால்ஃப் ஹிட்லர்.

மனித குலத்தின் நன்மைக்காகக் காந்தி, ஹிட்லரைத் தொடர்புகொள்ளவேண்டும், இந்தப் போரை நிறுத்தும்படி கேட்கவேண்டும் என்று காந்தியின் நண்பர்கள் அவரிடம் கேட்டுக்கொண்டார்கள். பல நாட்களாக அதைத் தவிர்த்துவந்த காந்தி, 1939 ஜூலை 23ம் தேதி ஹிட்லருக்கு ஒரு கடிதம் எழுதினார். அதன் சுருக்கம்:

இந்தப் போர் மனித குலத்துக்குப் பெரும் துன்பத்தைக் கொண்டுவரக்கூடும். அதன்மூலம் நீங்கள் பெறப்போவது எதுவாக இருந்தாலும் சரி, அதற்கு இந்த விலையைக் கொடுக்கத்தான் வேண்டுமா? வன்முறை வழியை மறுக்கிற என்னுடைய இந்தக் கோரிக்கையை நீங்கள் கேட்பீர்களா?

காந்தியின் இந்தக் கடிதம் ஹிட்லருக்குக் கிடைக்கவில்லை. ஒருவேளை கிடைத்திருந்தாலும் அவர் அதை மதித்திருப்பாரா

என்பது ஐயம்தான். இரண்டாம் உலகப் போர் தொடங்கிவிட்டது.

1940 டிசம்பர் 24ம் தேதி ஹிட்லருக்கு இன்னொரு விரிவான கடிதத்தை எழுதினார் காந்தி. அதன் சுருக்கம்:

உங்களுடைய துணிச்சல் அல்லது நாட்டுப்பற்றின்மீது எங்களுக்கு எந்த ஐயமும் இல்லை. ஆனால், உங்களுடைய பல செயல்கள் மனித குலத்துக்குத் துன்பத்தைக் கொண்டுவருகின்றன என்பதிலும் ஐயம் இல்லை.

நாங்கள் பிரிட்டிஷ் ஆட்சியை எதிர்க்கிறோம். ஆனால், பிரிட்டிஷ் மக்களுக்கு எந்தத் துன்பத்தையும் தர விரும்பவில்லை. அவர்களை நாங்கள் போர்க்களத்தில் வெல்ல விரும்பவில்லை, ஆயுதம் இல்லாமல் அவர்கள் மனத்தை மாற்ற விரும்புகிறோம். வன்முறையற்ற போராட்டத்தால் உலகின் மிக வன்முறையான படையைக்கூட வென்றுவிடலாம் என்பது எங்கள் நம்பிக்கை.

நீங்கள் அழிவு அறிவியலைப் பின்பற்றுகிறீர்கள். ஆனால், பிரிட்டனோ இன்னொரு நாடோ அதே முறையைப் பின்பற்றி உங்களை வென்றுவிடக்கூடும் என்பது உங்களுக்குப் புரியவில்லையா? மனித குலத்தின் நன்மைக்காக இந்தப் போரை நிறுத்துங்கள் என்று நான் உங்களைக் கேட்டுக்கொள்கிறேன்.

காந்தியின் இந்தக் கடிதமும் ஹிட்லருக்குக் கிடைக்கவில்லை, இரண்டாம் உலகப் போர் தொடரத்தான் செய்தது.

72. காந்திக்கு சுபாஷ் சந்திர போஸைப் பிடிக்காதா?

காந்தி இந்திய விடுதலைக்காக வன்முறையற்ற போராட்ட முறையைப் பின்பற்றியவர். சுபாஷ் சந்திர போஸ் அதே இந்திய விடுதலைக்காகப் படை அமைத்துப் போராடியவர். இப்படி அடிப்படையில் இருவருக்கும் கருத்து வேறுபாடு இருப்பதால், இவர்கள் ஒருவரையொருவர் வெறுத்தார்கள் என்று எண்ணுவது மிக எளிது.

ஆனால், வெறுப்பு என்பது காந்தியின் இயல்பிலேயே இல்லை. தன்னுடைய கருத்துடன் பொருந்தாத மாற்றுக் கருத்து கொண்டவர்களையும் அவர் நேசித்தார், அவர்களுடைய கருத்துகளை மனம் திறந்து கேட்டார், அதில் தாம் ஏற்றுக்கொள்கிற புள்ளிகள் எவை, மறுக்கிற புள்ளிகள் எவை என்பதைத் தெளிவாகக் குறிப்பிட்டார். அந்த மறுப்பைத் தாண்டியும் அவர்கள்மேல் தான் வைத்திருக்கும் நேசத்தை மாற்றிக்கொள்ளவில்லை.

'மகாத்மா காந்திக்கும் சுபாஷ் சந்திர போஸுக்கும் இடையிலுள்ள வேறுபாடுகள் மிகவும் மிகைப்படுத்திச்

சொல்லப்படுகின்றன' என்கிறார் வரலாற்று ஆய்வாளரும் சுபாஷ் சந்திர போஸின் உறவினருமான சுகதா போஸ். 'காந்தி, நேதாஜி இடையிலான உறவை நாம் ஆராய்ந்தால், அங்கு ஆழமான பரஸ்பர அன்பையும் மதிப்பையும் காணலாம்.'

கொள்கை, அரசியல் அடிப்படையில் இவர்களுக்கிடையில் கருத்து வேறுபாடுகள் இருந்துவந்துள்ளன. குறிப்பாக, 1939 காங்கிரஸ் தலைவர் தேர்தலில் காந்தி முன்வைத்த வேட்பாளராகிய டாக்டர் பட்டாபி சீதாராமய்யா-வைச் சுபாஷ் சந்திர போஸ் வென்றபோது, 'இது என்னுடைய தனிப்பட்ட தோல்வி' என்று அறிவித்தார் காந்தி. அதன்பிறகு, சுபாஷ் தன்னுடைய தலைமைப் பதவியைவிட்டு விலக வேண்டியதாகிவிட்டது. இதனால் அவர்களுடைய அரசியல் பாதைகள் பிரிந்தன. எனினும், 'மிகச் சிறந்த இந்தியர்' என்றும் 'தேசத் தந்தை' என்றும்தான் காந்தியை அழைத்தார் சுபாஷ். காந்தியும் சுபாஷை 'நாட்டுப்பற்று மிகுந்தவர்களில் தலைசிறந்தவர்' (Patriot of Patriots) என்று பாராட்டினார்.

'காந்தியும் நேதாஜியும் அனைத்துப் பிரச்சினைகளையும் திறந்த மனத்துடன் விவாதித்திருக்கிறார்கள், தங்களுக்கிடையிலான வேறுபாடுகளை நேர்மையாக உணர்ந்துள்ளார்கள்' என்கிறார் ஆய்வாளர் சித்தார்த்த டாஷ். 'அவர்களுக்கிடையில் இருந்த உறவு உண்மை, வெளிப்படைத்தன்மை, தியாகம், துன்பம் அனுபவித்தலை அடிப்படையாகக் கொண்டது.'

பெரிய தலைவர்களுடைய வாழ்க்கைகளை, அவர்களுக்கிடையிலான உறவுகளை ஆராய்கிறபோது, நாம் முழுமையான காட்சியைப் புரிந்துகொள்ள முயலவேண்டும். ஓரிரு நிகழ்வுகள் அல்லது கருத்து வேறுபாடுகள், விமர்சனங்களின் அடிப்படையில் தீர்மானிப்பது சரியாகாது. இந்திய விடுதலைக்குக் காந்தி, நேதாஜி இருவருடைய பங்களிப்பும் முக்கியமானது, மறுக்க இயலாதது, வெவ்வேறு வழிகளைப் பின்பற்றியதால்மட்டும் அவர்கள் ஒருவருக்கொருவர் எதிரிகளாகிவிடமாட்டார்கள்.

73. காந்திக்கு பகத் சிங்கைப் பிடிக்காதா?

இந்திய விடுதலைப் போராட்டத்தின் மிக முக்கியமான ஆளுமைகளில் ஒருவர் பகத் சிங். மிக இளம் வயதில் நாட்டுப்பற்றுடன் போராடி அந்தக் களத்தில் உயிர் துறந்தவர்.

பகத் சிங் ஆங்கிலேயர்களால் தூக்கில் போடப்பட்டபோது, காந்தி நினைத்திருந்தால் இதைத் தடுத்திருக்கலாம் என்கிற பேச்சு இருந்தது. சிலருக்கு அப்படி ஓர் எண்ணம் இப்போதும் இருக்கிறது. வன்முறையற்ற வழியில் போராடிய காந்தி அதற்கு எதிரான (வன்முறை) வழியில் போராடிய பகத் சிங்கைக் காப்பாற்ற விரும்பவில்லை என்றுகூடச் சிலர் நினைக்கக்கூடும்.

ஆனால் உண்மை என்ன?

சட்டப்படி பார்த்தால், அன்றைக்குப் பகத் சிங்குக்கும், அவருடைய நண்பர்களுக்கும் வழங்கப்பட்டிருந்த தூக்குத் தண்டனையைக் குறைக்கவோ ரத்து செய்யவோ பிரிட்டிஷ் ஆட்சியாளரான வைஸ்ராய்க்கு மட்டும்தான் உரிமை உண்டு. அவர் நிச்சயமாகத் தானாக அதைச் செய்யப்போவதில்லை.

ஆகவே, யாராவது வைஸ்ராயிடம் இவர்களைப் பற்றிப் பேசவேண்டும், அவர் மனத்தை மாற்றவேண்டும், அது காந்தியால் மட்டும்தான் முடியும்... இதுதான் பலருடைய எதிர்பார்ப்பு.

பகத் சிங் பலமுறை காந்தியின் கொள்கைகளை, நடவடிக்கைகளை வெளிப்படையாக விமர்சித்திருக்கிறார். காந்திக்கும் ஆயுதத் தாக்குதலில் நம்பிக்கையோ, அதன்மீது மரியாதையோ இல்லை.

அதேசமயம், வழிகள் மாறினாலும், இருவரும் விடுதலைக்காகத்தானே போராடுகிறார்கள். அந்தவிதத்தில் இப்போது பகத் சிங்கிற்குக் காந்தி உதவினால் என்ன? உயிர்ப் பிரச்னையின் முன்னே கொள்கை மாறுபாடா முக்கியம்?

தவிர, எல்லா விதத்திலும் வன்முறையை எதிர்க்கிறவர் காந்தி. முன்பு பகத் சிங், தோழர்கள் துப்பாக்கி தூக்கியது வன்முறை என்றால், இப்போது அரசாங்கம் அவர்களைத் தூக்கில் போடுவதும் வன்முறைதானே? அதைத் தடுப்பதற்கு அவர் குரல் கொடுக்கலாமே!

காந்தி ஒரே ஒரு வார்த்தை சொன்னால் போதும், வைஸ்ராய் நிச்சயமாகக் கேட்பார் என்று பொதுமக்கள் நம்பினார்கள். பல தலைவர்களும் இதுகுறித்து அவரை வற்புறுத்தத் தொடங்கினார்கள்.

அப்போது காந்திக்கும் வைஸ்ராய் இர்வின் பிரபுவுக்கும் இடையில் பல சுற்றுப் பேச்சுவார்த்தைகள் நடந்துகொண்டிருந்தன, ஒரு முக்கியமான ஒப்பந்தம் கையெழுத்தாகும் நிலையில் இருந்தது. அதில் 'பகத் சிங், ராஜ்குரு, சுக்தேவ் மூவரின் தண்டனை ரத்து செய்யப்படவேண்டும்' என்பதுபோல் ஒரு கோரிக்கையைச் சேர்த்துவிட்டால் என்ன?

இந்த விஷயத்தில் காந்தி நடந்துகொண்டது சரியா என்பதுபற்றிப் பலவிதமான கருத்துகள் உள்ளன. இன்றைக்கும் நிறைவடையாத ஒரு விவாதம் அது.

ஒருதரப்பினர், 'பகத் சிங்கைக் காப்பாற்ற காந்தி விரும்பவில்லை' என்கிறார்கள். 'அவர் சும்மா மேம்போக்காக இதுபற்றி வைஸ்ராயிடம் பேசினாரேதவிர, அவர்கள் கொல்லப்படக்கூடாது என்று வலியுறுத்தவில்லை, இதையும் செய்தால்தான் நம் ஒப்பந்தம் கையெழுத்தாகும் என்று உறுதியாகச் சொல்லவில்லை, அவர் அப்படிச் செய்திருந்தால்,

வைஸ்ராய் நிச்சயம் யோசித்திருப்பார், ஏதாவது நல்லது நடந்திருக்கும்.'

ஒருவேளை காந்தி அப்படிச் செய்திருந்தாலும், பகத் சிங் இப்படிப் பின்வாசல் வழியாகக் காப்பாற்றப்பட விரும்பியிருப்பாரா என்கிற விவாதம் ஒருபக்கமிருக்க, உண்மையில் காந்தி இந்த விஷயத்தில் என்னதான் செய்தார்? என்ன செய்யவில்லை? அவர் எதைச் செய்திருக்கவேண்டும்?

வைஸ்ராயிடம் பகத் சிங்பற்றிக் காந்தி பேசியது உண்மை. ஆனால், அவர்களுடைய தண்டனையை ரத்து செய்யவேண்டும், குறைக்கவேண்டும் என்றெல்லாம் அவர் கேட்கவில்லை, அதைத் 'தள்ளிப்போடவேண்டும்' என்றார்.

இதன் உண்மையான பொருள் என்ன?

இந்தக் குறிப்பிட்ட வழக்கில் ஆங்கிலேய அதிகாரிகள், காவல்துறையினர் கொண்டிருந்த சினத்தை நன்கு அறிந்திருந்தார் காந்தி. அதை மீறி வைஸ்ராய் அவர்களை விடுவிக்கவேண்டும் என்றால், அதற்கு காந்தி ஒரே ஒரு காரணத்தைத்தான் முன்வைக்கமுடியும், 'பகத் சிங் விடுதலையாகவேண்டும் என்று மக்கள் விரும்புகிறார்கள்.'

பெரும்பான்மை இந்திய மக்கள் விரும்புகிறார்கள் என்பதற்காக வைஸ்ராய் ஒரு விஷயத்தைச் செய்வார் என்றால், அவரிடம் நேரடியாகவே சுதந்திரம் கேட்டுவிடலாமே. இப்படி ஏன் சுற்றி வளைக்கவேண்டும்?

ஆக, வைஸ்ராய்க்கு பகத் சிங் உள்ளிட்டோரை விடுதலை செய்யும் எண்ணமும் கிடையாது, மக்களுக்காக அவர் அதைச் செய்யப்போவதும் இல்லை, அப்படியே செய்தாலும் சுற்றியிருக்கிற மற்றவர்கள் அதை அனுமதிக்கமாட்டார்கள்.

அதனால்தான், காந்தி 'தண்டனையைத் தள்ளிப்போடுங்கள்' என்ற ரீதியில் பேச்சைத் தொடங்கியிருக்கவேண்டும். 'அவர்களை விடுதலை செய்யுங்கள்' அல்லது 'தண்டனையைக் குறைத்து அவர்களை ஆயுள் கைதிகளாக மாற்றிவிடுங்கள்' என்கிற

கோரிக்கைகளைவிட, இந்தக் கோரிக்கைக்கு எதிர்ப்பு குறைவாக இருக்கும், அது ஏற்கப்படுவதற்கான வாய்ப்புகள் அதிகம்.

உடனடியாகத் தண்டனையை நிறைவேற்றாமல் ஒத்திப்போட்டுவிட்டால், சில மாதங்கள் கழித்து நிலைமை மாறலாம், அல்லது மறுபடி தண்டனையைத் தள்ளிப்போடலாம், சூழ்நிலையைப் பொறுத்து, படிப்படியாக அதனைக் குறைப்பது, ரத்து செய்வது போன்ற முயற்சிகளில் இறங்கலாம்.

கொஞ்சம் சுற்றி வளைத்து மூக்கைத் தொடுவதுமாதிரி முயற்சிதான் இது. ஆனால் அன்றைக்கு அதுதான் சரி என்று காந்தி நினைத்தார்.

ஒருவேளை அவர் தன்னுடைய ஒப்பந்தத்தில் 'பகத் சிங் விடுதலையாகவேண்டும்' என்று கண்டிப்பாக ஒரு வரியைச் சேர்த்திருந்தால்? வைஸ்ராய் உடனே ஒப்புக்கொண்டிருப்பாரா?

ம்ஹூம், ஏற்கெனவே சொன்ன காரணங்களால், அவர் இந்தக் கோரிக்கையை நிச்சயம் மறுப்பார். அதனால் ஒட்டுமொத்த ஒப்பந்தமும் கையெழுத்தாகாமல் போய்விடுகிற அபாயம் உண்டு.

இந்த நோக்கில் பார்க்கும்போது, பகத் சிங்பற்றி காந்தி தனது ஒப்பந்தத்தில் எதையும் வலியுறுத்தாமல், தனிப்பட்டமுறையில் பேசியதுதான் இருவருக்குமே தர்ம சங்கடத்தைத் தவிர்த்தது. அவர்கள் எந்த நெருக்கடியும் இல்லாமல் அதுபற்றி விவாதிக்க முடிந்தது.

1931 மார்ச் 19ம் தேதி, பகத் சிங்கின் தண்டனையைத் தள்ளிப்போடுவது குறித்து காந்தி குறிப்பிட்டபோது, வைஸ்ராய் அதனை ஏற்றுக்கொள்ளவில்லை, 'இந்த வழக்குபற்றி நிறைய யோசித்துவிட்டேன், குற்றவாளிகளை மன்னிப்பதற்கான எந்தக் காரணமும் எனக்குத் தெரியவில்லை' என்றார்.

'ஆனால், ஒருவேளை அவர்கள் தூக்கில் போடப்பட்டால், நாடுமுழுவதும் பதற்றம் ஏற்படும்' என்றார் காந்தி, 'மக்கள் அரசாங்கத்தின்மீது கோபப்பட ஆரம்பித்துவிட்டால், நம்முடைய இந்த ஒப்பந்தத்தால் எந்தப் பலனும் இருக்காது.'

‘உண்மைதான் மிஸ்டர் காந்தி’ என்று ஆமோதித்தார் வைஸ்ராய், ‘ஆனால், இந்தப் பிரச்சினைக்கு மூன்றே மூன்று தீர்வுகள்தான் உள்ளன, ஒன்று, நாம் இதில் தலையிடாமல் ஒதுங்கிவிடுவது, இரண்டாவது, அவர்களை மன்னித்துவிடுவது, மூன்றாவது, எந்தத் தீர்மானத்துக்கும் வராமல் தள்ளிப்போடுவது. என்னுடைய பார்வையில், அவர்களை மன்னிப்பது என்ற பேச்சுக்கே இடம் இல்லை!’

இதன் அர்த்தம், மூன்றாவது தீர்வு, அதாவது பகத் சிங், தோழர்களை உடனடியாகத் தூக்கில் போடாமல் தண்டனையைத் தள்ளிப்போடுவதுகுறித்து வைஸ்ராய் யோசிக்கக்கூடும். அவர் வெளிப்படையாக இதைச் சொல்லாவிட்டாலும், காந்தி அப்படித்தான் ஊகித்துக்கொண்டார்.

ஏனெனில் நான்கு நாள் கழித்து (மார்ச் 23) காந்தி வைஸ்ராய்க்கு எழுதிய கடிதத்தில் மீண்டும் இதைக் குறிப்பிடுகிறார், ‘ஒருவரைத் தூக்கில் போடுவது என்பது, பிறகு எந்தவிதத்திலும் மறுபரிசீலனை செய்யமுடியாத விஷயம். அதில் ஏதேனும் தவறு நடந்துவிட்டால், நம்மால் சரிசெய்யவே முடியாது. ஆகவே, இந்த வழக்கு குறித்து உங்களுக்கு ஒரு மிகச் சிறிய சந்தேகம் இருந்தாலும்கூட, தயவுசெய்து இந்தத் தண்டனையைத் தள்ளிப்போட்டுவிடுங்கள்.’

உடனடியாக வைஸ்ராய், காந்திக்குப் பதில் எழுதினார், ‘நீங்கள் சொன்னதை நன்றாக யோசித்துப் பார்த்தேன், ஆனால், உங்கள் கோரிக்கையை ஏற்கமுடியாது என்று தோன்றுகிறது.’

அவ்வளவுதான் அவர்களுக்குள் நடந்த விவாதம். வைஸ்ராய் இந்தக் கடிதத்தை எழுதிச் சில மணி நேரங்களுக்குள், பகத் சிங், ராஜ்குரு, சுக்தேவ் மூவரும் தூக்கில் போடப்பட்டுவிட்டார்கள்.

இந்த நிகழ்வுகளைத் தொகுத்துப் பார்க்கும்போது, ஒரு விஷயம் தெளிவாகப் புரிகிறது. ‘காந்தி சொன்னா வைஸ்ராய் நிச்சயம் மறுக்கமாட்டார்’ என்கிற பொதுஜன நம்பிக்கை வெறும் கனவுதான், அதில் உண்மையோ எதார்த்தமோ இல்லை. காந்தி நேரடியாகவும் கடிதம் மூலமாகவும் இரண்டுமுறை

கேட்டபிறகும்கூட, வைஸ்ராய் இந்த விஷயத்தில் பிடிவாதமாகவே இருந்திருக்கிறார்.

பகத் சிங் தூக்கில் போடப்பட்டபிறகு, நாடுமுழுவதும் ஏராளமான மக்கள் (குறிப்பாக இளைஞர்கள்) காந்தியை எதிர்த்துக் கோஷம் போட்டார்கள். கருப்புக் கொடி காட்டினார்கள், காங்கிரஸ் கட்சி மாநாட்டிலேயேகூட இந்த அதிருப்தியை வெளிப்படையாகப் பார்க்கமுடிந்தது.

அவர்களுடைய கோபத்தை காந்தி புரிந்துகொண்டார், 'இதைத் தடுப்பதற்காக என்னால் இயன்ற வழிகளில் போராடிப் பார்த்தேன், எல்லா முயற்சியும் வீணாகிவிட்டது' என்றார். 'பகத் சிங்கும் அவரது சிநேகிதர்களும் ஆங்கிலேயர்களுக்கு எதிராகப் போராடுவதற்குத் தேர்ந்தெடுத்த வழிமுறைகளை என்னால் ஏற்றுக்கொள்ளமுடியாது, அதேசமயம் அவரது தேசப்பற்று, தைரியம் மற்றும் தியாகத்தை நான் மதிக்கிறேன்.'

இன்றுவரை, இந்த விஷயத்தில் காந்திமீது பலருக்குக் கோபம் உள்ளது. அவர்களுடைய வாதம், 'காந்தி நினைத்திருந்தால், பகத் சிங்கையும் மற்றவர்களையும் விடுவித்தால்தான் நான் இந்தப் பேச்சுவார்த்தையைத் தொடர்வேன் என்பதுபோல் வைஸ்ராயிடம் இன்னும் அழுத்தமாகப் பேசியிருக்கலாம், அதைச் சாக்காக வைத்து அவர்களுடைய தண்டனையைக் குறைக்கவேனும் செய்திருக்கலாம். வேண்டுமென்றே கடைசி நேரத்தில் பட்டும் படாமலும் இந்தக் கோரிக்கையை வைத்தார், வைஸ்ராய் அதை அலட்சியப்படுத்திவிட்டார்!'

ஆனால், பலவிதங்களில் நாட்டுக்குப் பலன் தரக்கூடிய ஒரு மிகப் பெரிய ஒப்பந்தத்தை, சரித்திர முக்கியத்துவம் வாய்ந்த உடன்படிக்கையை, இந்த வழக்கைக் காரணம் காட்டி நிறுத்திவைப்பது, அரசாங்கத்தை மூலையில் நிறுத்தி *Blackmail* செய்வது சரியா? இந்த விஷயத்தில், பகத் சிங் தரப்புக்குமட்டுமின்றி, ஒட்டுமொத்த இந்திய மக்களின் பிரதிநிதியாகவே இயங்கிய காந்தியால் அப்படிச் செய்திருக்கமுடியுமா?

தவிர, ஒருவேளை வைஸ்ராய் இந்த விஷயத்தில் பிடிவாதமாக இருந்துவிட்டால்? பேச்சுவார்த்தையை முறித்துக்கொண்டு போயிருந்தால்? கிடைக்கிற கொஞ்சநஞ்ச நன்மைகளும் இல்லாமல் போயிருக்குமே, அப்போது, இன்னொரு தரப்பினர் காந்தியைக் கடுமையாக விமர்சித்திருப்பார்களே!

இன்னொரு விஷயம், காந்தியின் கருத்துகளை வைஸ்ராய் ஏற்றுக்கொண்டிருந்தாலும், அவரைச் சுற்றியிருந்த மற்றவர்கள் நிச்சயம் இதற்கு ஒப்புக்கொண்டிருக்கமாட்டார்கள்.

காரணம், பகத் சிங் கொன்றது ஜான் சௌண்டர்ஸ் என்கிற தனி நபரை இல்லை. ‘இந்தியாவில் ஆங்கிலேயர்கள்மட்டும்தான் உசத்தி, மற்றவர்கள் எல்லாம் அடிமை வர்க்கம், உங்களால் எங்களை எதுவும் செய்யமுடியாது’ என்கிற சிந்தனையை அவர்கள் அடித்து நொறுக்கினார்கள். அது ஒரு போர் அறைகூவல்.

இப்படி பகத் சிங், தோழர்கள் அவர்களுடைய தன்மானத்தில் அடித்துவிட்ட ஒரே காரணத்தால்தான், அவர்கள் அவரைத் தூக்கு மேடை ஏற்றுவதில் அத்துணை கவனமாக, பிடிவாதமாக இருந்தார்கள். மிக வெளிப்படையாக ஒரு கண் துடைப்பு வழக்கை நடத்தி மூன்று பேருக்குத் தூக்குத் தண்டனை வழங்கினார்கள், இதைப் பார்த்து மற்றவர்கள் எல்லாருக்கும் பயம் வரவேண்டும், இந்தியாவில் உள்ள ஆங்கிலேய அதிகாரிகள், அவர்களின் குடும்பத்தினருக்குப் பழைய நம்பிக்கை திரும்பவேண்டும் என்று எதிர்பார்த்தார்கள்.

இப்போது, மக்கள் சொல்கிறார்கள், காந்தி சொல்கிறார் என்பதற்காக வைஸ்ராய் அந்தத் தண்டனையைக் குறைத்துவிட்டால், அல்லது மாற்றிவிட்டால், அந்தப் பயம் வருமா? நம்பிக்கை திரும்புமா? போராட்டக்காரர்கள் ஜெயித்துவிட்டதாக அல்லவா அர்த்தமாகும்?

அவர்களுடைய பிடிவாதத்தால், வைஸ்ராய்க்கு வேறு வழியில்லை, ஒருவேளை காந்தி பேச்சைக் கேட்டு அவர் இந்தத் தண்டனையை ரத்து செய்வதுபற்றி யோசித்தால், உடனடியாக

ஆங்கிலேய அரசாங்கத்தின் முக்கிய அதிகாரிகள் எல்லாரும் மொத்தமாக ராஜினாமா செய்துவிடுவோம் என்று அவர்கள் மிரட்டியதாகக்கூடச் சொல்கிறார்கள்.

இவையெல்லாம் எத்துணை தூரம் உண்மையோ, தெரியாது. காந்தி நேரடியாகப் பேசியும் வைஸ்ராய் மனத்தைத் துளியும் மாற்றமுடியவில்லை என்பதுமட்டும் உறுதியாகத் தெரிகிறது.

ஒருவேளை, காந்தி அப்படிப் பேசி பகத் சிங்கிற்கு விடுதலையோ, தண்டனைக் குறைப்போ வாங்கிக் கொடுத்திருந்தாலும், பகத் சிங் அதை விரும்பியிருப்பாரா? ஏற்றுக்கொண்டிருப்பாரா? வாழ்நாள்முழுவதும் ஆயுதப் போராட்டம், மக்கள் புரட்சியில் நம்பிக்கையோடு வாழ்ந்த ஒருவர், நீதிமன்ற வாதங்களின்மூலம்கூடத் தன் உயிரைக் காப்பாற்றிக்கொள்ள விரும்பாத ஒருவர், 'ஜெயிலில் வெடிகுண்டு வைத்து உங்களைக் காப்பாற்றுகிறோம்' என்றவர்களையும் திருப்பி அனுப்பிய ஒருவர், இப்படி ஆங்கிலேயர்களின் கருணையின்மூலம் தொடர்ந்து வாழவேண்டும் என்று நினைப்பாரா?

இவையெல்லாம் காந்திமீது தவறு இல்லை என்று நிரூபிப்பதற்கான சப்பைக்கட்டுகள் அல்ல. பலரும் நினைப்பதுபோல், 'காந்தி சொன்னா வைஸ்ராய் கேட்டிருப்பார், எல்லாம் நல்லபடியா நடந்திருக்கும்' என்கிற அளவுக்கு இது எளிமையான விஷயம் அல்ல, பல சிக்கல்களைக் கொண்டது, யோசிக்க ஆரம்பித்தால் சுற்றிச் சுற்றிப் பல கேள்விகளைக் கேட்க வேண்டியிருக்கும், எதற்கும் தெளிவான பதில்கள் கிடைக்காது.

அதே நேரம், காந்தியின் வாழ்க்கையை, சிந்தனையைப் படித்த யாரும் பகத் சிங்கையோ தன் கருத்துக்கு எதிரான கருத்தைக் கொண்ட வேறு யாரையுமோ அவர் வேண்டுமென்றே கைவிட்டிருப்பார், விட்டுத்தந்திருப்பார் என்று எண்ண இயலாது. இந்த விஷயத்தில் காந்தியின் அணுகுமுறை வெற்றிபெறவில்லை என்பதுதான் நம்முன் உறுதியாகத் தெரிகிற உண்மை.

74. காந்திக்குத் தீவிரவாதிகளைப் பிடிக்காதா?

இந்திய விடுதலைக்காகப் பலரும் பல வழிகளில் போராடினார்கள்: ஆங்கிலேயர்களுடன் பேச்சுவார்த்தை நடத்துவது, கடிதங்கள், விண்ணப்பங்களின்மூலம் அவர்கள் மனத்தை மாற்றுவது, ஆங்கிலேய அரசுக்கு விசுவாசமாகச் செயல்படுவதன்மூலம், அவர்களுக்கு உதவுவதன்மூலம் நம் நாட்டுக்குக் கூடுதல் நன்மைகளைப் பெறுவது, படிப்படியாகக் கூடுதல் அரசியல் அதிகாரங்களைப் பெற்று முன்னேறுவது... இந்த வழிகளில் இன்னொன்றுதான், ஆயுதம் ஏந்திப் போராடுவது.

இந்த ஆயுதப் போராளிகள் ஆங்கிலேயர்களை அச்சுறுத்துவதன்மூலம் இந்தியாவிலிருந்து வெளியேற்ற நினைத்தார்கள். அதற்காகத் தாங்களே ஆயுதங்களை, வெடிகுண்டுகளைத் தயாரித்தார்கள், அல்லது வெளியிலிருந்து கொண்டுவந்தார்கள், பிற நாடுகளின் ஆதரவைப் பெற்றுப் படை அமைத்தவர்களும் உண்டு.

காந்தி இந்தப் போராட்ட முறையை முற்றிலும் நிராகரித்தார். இன்னொருவருக்குக் காயம் உண்டாக்குவதன்மூலம் எந்த விவாதத்தையும் வெல்ல இயலாது என்பது அவருடைய

உறுதியான நம்பிக்கை, அவருடைய அடிப்படையிலேயே இப்படி ஒரு சிந்தனை இல்லை என்பதால், எந்தப் புள்ளியிலும் அவரால் இந்த ஆயுதப் போராளிகளுடன் இணைந்திருக்க இயலாது.

அதே நேரம், இந்தியாவுக்கு விடுதலை வேண்டும் என்கிற ஆயுதப் போராளிகளின் மனநிலையை, நாட்டுப்பற்றை அவர் மதித்தார். அந்தத் துடிப்பும் ஆற்றலும் தவறான திசையில் செல்கின்றன என்பதுதான் அவருடைய ஒரே வருத்தம். அதற்காக அவர்களுடன் தொடர்ந்து பேசிக்கொண்டும் எழுதிக்கொண்டும் இருந்தார், ஆயுதப் போராளிகளை மேம்பட்ட அகிம்சை வழிக்குக் கொண்டுவரவேண்டும் என்பதுதான் அவருடைய நோக்கமாக இருந்தது. எப்படி அவர் ஆங்கிலேயர்களை வெறுக்காமல் அவர்களுடைய ஆட்சியை நீக்கப் போராடினாரோ, அதுபோல், வன்முறையாளர்களை வெறுக்காமல் அவர்களுடைய வழியை மாற்ற முயன்றார்.

75. பெண்கள் அரசியலுக்கு வருவதுபற்றிக் காந்தி என்ன நினைத்தார்?

தென்னாப்பிரிக்காவில் காந்தி நடத்திய அகிம்சைப் போராட்டத்தில் ஆண்களுக்கு இணையாகப் பெண்களும் பங்கேற்றார்கள். அவர்களுடைய துணிச்சலும் அன்பும் உறுதியும் தெளிவான சிந்தனையும் காந்தியின் நெஞ்சைத் தொட்டன.

இதற்கான எடுத்துக்காட்டுகள் காந்தியின் சொந்த வீட்டிலேயே தொடங்குகின்றன. அவருடைய மனைவி கஸ்தூரிபாய் தொடங்கி அவருடைய ஆசிரமத்திலிருந்த பல பெண்களும் இந்தப் போராட்டங்களில் பங்கேற்றார்கள், பல அடக்குமுறைகளை எதிர்த்துக் களத்தில் நின்றார்கள்.

அன்றைய சமூகச் சூழல் ஆண்களுக்கு மிகுந்த முக்கியத்துவத்தையும் பெண்களுக்கு வீட்டுப் பொறுப்புகள், குழந்தை வளர்க்கும் கடமைகளையும் வழங்கியது. மிகக் குறைவாகவே பெண்கள் அரசியல், சமூகப் போராட்டங்களுக்கு வந்தார்கள். அவர்களுக்குப் படிப்பறிவு இல்லை, உலக அனுபவம் இல்லை, அறியாமை மிகுதி என்றெல்லாம் இதற்குக் காரணங்கள் சொல்லப்பட்டன.

முதலில், ஆண், பெண் என்ற அடிப்படையில் மனிதர்களைப் பிரித்துப்பார்ப்பதையே காந்தி ஏற்கவில்லை. பெண்களை "*weaker sex*" (வலுவற்ற பாலினம்) என்று சொல்வதை அவர் கடுமையாக எதிர்த்தார், 'மனித குலத்தின் மேம்பட்ட பாதியாகிய பெண்களை ஆண்கள் இப்படி ஒதுக்கிவைப்பது அதிர்ச்சியளிக்கிறது' என்று எழுதினார் அவர், இப்படிப் பெண்களைப் பின்னால் நிறுத்திவைப்பது ஒட்டுமொத்தச் சமூகத்தின் முன்னேற்றத்துக்குத் தடையாக இருக்கும் என்றார்.

இதனால், பெண்களுக்குக் கல்வி வழங்குவது, அவர்கள் சம்பாதித்துச் சொந்தக் காலில் நிற்கிற, தங்களுடைய குடும்பங்களுக்கு உதவுகிற வழிகளை ஏற்படுத்தித் தருவது, சட்டங்கள், ஆட்சி முறைகளைப் பேசும் குழுக்களில் பெண் பிரதிநிதிகளை இடம்பெறச்செய்வது உள்ளிட்ட சமூக மாற்றங்கள் காந்தியின் திட்டங்களில் இடம்பெற்றிருந்தன. அவர்களைப் போராட்டக் களங்களுக்கும் வரவேற்றார் காந்தி. 'உப்புச் சத்தியாக்கிரகத்தின்போது கைதான சுமார் 30,000 பேரில் 17,000 பேர் பெண்கள்' என்று எழுதுகிறார் டாக்டர் சுபாங்கி ரதி.

பெண்கள் ஆண்களுக்கு இணையான சிந்தனைத் திறனைக் கொண்டவர்கள் என்பதுதான் காந்தியின் நம்பிக்கை. அந்தவிதத்தில் நம்முடைய சமூகத்தில் ஏற்பட்ட மிகப் பெரிய மாற்றத்துக்கான தொடக்கப் புள்ளிகளில் ஒருவராக அவரைக் குறிப்பிடலாம்.

76. காந்தி ஆட்டுப்பாலை அருந்தியது ஏன்?

பால் என்பது மனிதனுக்கு இயற்கையான உணவு இல்லை என்பது காந்தியின் எண்ணம். அதனால், அவர் பால் குடிக்காத நோன்பை மேற்கொண்டிருந்தார்.

1917-18 காலகட்டத்தில் ஒருமுறை, காந்தியின் உடல்நிலை மிகவும் மோசமாகியிருந்தது. தலால் என்ற மருத்துவர் அவரைப் பரிசோதித்தார், 'நீங்கள் பால் சாப்பிட்டால்தான் உங்கள் உடல்நிலை தேறும்' என்றார்.

'அது என்னால் இயலாது. நான் பால் சாப்பிடுவதில்லை என்று நோன்பு பூண்டிருக்கிறேன்' என்றார் காந்தி.

'ஏன் அப்படி?' என்று கேட்டார் தலால்.

'பசு, எருமையிடம் பால் கறப்பதற்குப் பயன்படுத்தப்படும் முறைகளைத் தெரிந்துகொண்டதிலிருந்து நான் பால் அருந்துவதில்லை' என்றார் காந்தி.

இதைக் கேட்டுக்கொண்டிருந்த கஸ்தூரிபா, 'அப்படியானால் நீங்கள் ஆட்டுப்பால் சாப்பிடலாம்' என்றார். அவ்வளவுதான், மருத்துவர் தலால் அதைப் பிடித்துக்கொண்டு விட்டார், 'நீங்கள் ஆட்டுப்பால் சாப்பிட்டால் அதுவே எனக்குப் போதும்' என்றார்.

உண்மையில், ‘பால் சாப்பிடுவதில்லை’ என்ற நோன்பில் ஆட்டுப்பாலும் உண்டுதான். ஆனால், ‘சத்தியாக்கிரகப் போராட்டத்தைத் தொடர்ந்து நடத்தவேண்டும் என்கிற தீவிரமான ஆர்வம், உயிரோடிருக்க வேண்டும் என்ற பலமான ஆசையை எனக்குள் உண்டாக்கிவிட்டது. அதனால், ஆட்டுப்பால் சாப்பிடச் சம்மதித்தேன்’ என்கிறார் காந்தி.

அதன்பிறகு, ஆட்டுப்பால் சாப்பிடுவதை விட்டுவிடவேண்டும் என்ற எண்ணம் அவருக்கு அவ்வப்போது வந்தது. ஆனால், ‘சேவை செய்யவேண்டும் என்ற ஆசை எனக்கு இன்னும் இருந்துகொண்டுதான் வருகிறது. அதனால், ஆட்டுப்பால் சாப்பிடுவதிலிருந்து என்னால் விடுபட இயலவில்லை’ என்று காந்தி விளக்குகிறார்.

77. காந்தி தன்னுடைய இடுப்பில் ஒரு கடிகாரத்தைத் தொங்கவிட்டிருந்தது ஏன்?

இன்றைக்குக் கடிகாரங்கள் என்றால் சுவரில் தொங்குகின்றன, அல்லது, கையில் (மணிக்கட்டில்) கட்டப்படுகின்றன. ஆனால் அன்றைக்கு, 'Pocket Watch' எனப்படுகிற சட்டைப்பையில் வைத்துக்கொள்கிற ஒருவகைக் கடிகாரமும் இருந்தது. அப்படி ஒரு கடிகாரத்தைத்தான் காந்தி வைத்திருந்தார். அவருடைய இந்திய ஆடைப் பாணியில் சட்டைப்பை இல்லை என்பதாலோ என்னவோ, அதை இடுப்பில் தொங்கவிட்டுக்கொண்டார்.

காந்தியை 'The Most Punctual Man in India' (இந்தியாவின் காலந்தவறாத மனிதர்) என்று அழைக்கிறார் இதழாளர் நீனா மார்டிரிஸ். 'அவர் எப்போதும் தன்னுடைய கடிகாரத்தை விட்டுப் பிரிவதில்லை. நாள்தோறும் அதிகாலை 4மணிக்கு எழும்போது அவர் முதலில் பார்ப்பதும் அந்தக் கடிகாரத்தைத்தான்; வேலைகளையெல்லாம் முடித்துவிட்டுத் தூங்கச் செல்லும்போது கடைசியாகப் பார்ப்பதும் அந்தக் கடிகாரத்தைத்தான்.'

எந்த ஒரு நிகழ்ச்சிக்கும் சரியான நேரத்தில் செல்லவேண்டும் என்பது காந்தியின் விருப்பம். அதனால், நாள்முழுக்க அந்தக் கடிகாரத்தைப் பார்த்துக்கொண்டே இருப்பாராம். நேரத்தைச் சரியாகவும் முறையாகவும் முழுமையாகவும் பயன்படுத்தவேண்டும் என்ற உணர்வு காந்திக்கு எப்போதும் இருந்துவந்துள்ளது. அவரிடமிருந்து நாம் கற்றுக்கொள்ளவேண்டிய முக்கியப் பாடங்களில் ஒன்று இது.

78. காந்தி கிராமப் பொருளாதாரத்தை முன்னிறுத்தியது ஏன்?

அன்றைக்கும் இன்றைக்கும் இந்தியாவின் பெரும்பான்மை மக்கள் கிராமங்களில்தான் வாழ்கிறார்கள். அதனால், இந்தியா முன்னேறவேண்டுமென்றால் இந்தக் கிராமங்களும் முன்னேறவேண்டும்.

உலகெங்கும் எந்தவொரு நாட்டிலும் நகரப் பொருளாதாரம் என்பது கிராமப் பொருளாதாரத்தைவிட மேம்பட்டதாகத்தான் இருக்கும். நகரங்களில் பல தொழில் நிறுவனங்கள், தொழிற்சாலைகள், வேலைவாய்ப்புகள் நிறைந்திருக்கும், மக்கள் அவற்றைப் பயன்படுத்திக்கொண்டு நன்கு முன்னேறுவார்கள், அது நாட்டின் முன்னேற்றமாகப் பிரதிபலிக்கும்.

ஆனால் உண்மையில், அது பகுதியளவு முன்னேற்றம்தான். நாட்டின் இன்னொரு பகுதி வறுமையில், போதுமான வாய்ப்புகள் இல்லாமல் இருக்கும்போது ஒரு பகுதியின் வளர்ச்சியைக் கண்டு நாம் மனநிறைவுகொள்வது சரியாகாது.

அதனால்தான் காந்தி கிராமப் பொருளாதாரத்தைத் தன்னுடைய கொள்கைகளில் முக்கியமான ஒன்றாகக் கருதினார். அங்குள்ள மக்களுடைய சொந்தமாக உழைத்துப் பிழைக்கவேண்டும் என்கிற

நம்பிக்கையை நாம் மதிக்கவேண்டும், அதற்கான வாய்ப்புகளை உண்டாக்கித்தரவேண்டும் என்றார். கதர் அணிவதில் தொடங்கி உள்ளூர்ப் பொருட்களைப் பயன்படுத்துவதுவரை அவருடைய பல கொள்கைகள் கிராமப் பொருளாதாரத்தை மேம்படுத்தி அந்த மக்களை வளரச்செய்யும் நோக்கத்தைக் கொண்டவை.

இப்போதும், காந்தியக் கொள்கைகளை அடிப்படையாகக் கொண்டு இயங்கும் பல அமைப்புகள் கிராமப்புற மக்களுக்கு வேலை, சுயதொழில் வாய்ப்புகளை உண்டாக்கித் தருகின்றன, அவர்களுடைய தயாரிப்புகள், சேவைகளைப் பெரும்பான்மைச் சந்தைக்குக் கொண்டுவந்து வருவாய் வாய்ப்புகளை உண்டாக்குகின்றன. கிராமப்புற மக்களுடைய தயாரிப்புகளை வாங்கி ஊக்குவிக்கும்போது நாமும் கிராமப் பொருளாதாரத்துக்கான நம் பங்களிப்பைச் செய்கிறோம்.

79. காந்தி உப்புச் சத்தியாக்கிரகப் போராட்டத்தை நடத்தியது ஏன்?

ஆங்கிலேயர் ஆட்சியின்போது இந்தியர்கள்மீது விதிக்கப்பட்ட மிகக் கொடுமையான சட்டங்களில் ஒன்று, உப்பு வரி.

அதாவது, இந்தியாவில் உப்பு காய்ச்சும் உரிமை பிரிட்டிஷ் அரசுக்குமட்டும்தான் உண்டு. அந்த உப்பை உரிய வரி செலுத்தித்தான் மற்றவர்கள் வாங்கிக்கொள்ளவேண்டும், சொந்தமாக உப்பு காய்ச்சக் கூடாது.

உப்பு என்பது அனைவருடைய உணவுக்கும் முக்கியமான ஒன்று. அது உணவில் ருசியைச் சேர்ப்பது ஒருபுறமிருக்க, நல்ல உடல்நலனுக்கும் அது தேவை. அப்படிப்பட்ட அத்தியாவசியமான ஒரு பொருளுக்குக் கடும் வரி விதித்து அதன் விலையை மிகுதியாக்கினால் எண்ணற்ற மக்கள், குறிப்பாக ஏழைகள் துன்பப்படமாட்டார்களா? அவர்களுடைய உடல்நலன் கெட்டுப்போகாதா?

அதனால்தான், ஆங்கிலேய அரசுக்கு எதிரான போராட்டத்தின் முக்கியமான ஒரு பகுதியாக உப்புச் சத்தியாக்கிரகத்தை

அறிவித்தார் காந்தி. அதாவது, உப்பை அரசாங்கம்தான் தயாரிக்கவேண்டும், அதைப் பிறர் விலை கொடுத்து வாங்கவேண்டும், அது இயற்கையாகவே கிடைத்தாலும்கூடத் தனி நபர்கள் அதை எடுத்துப் பயன்படுத்தக்கூடாது என்கிற சட்டத்தைத் தான் மீறப்போவதாக அறிவித்தார்.

1930 மார்ச் 12ம் தேதி, அகமதாபாதில் உள்ள சாபர்மதி ஆசிரமத்திலிருந்து காந்தி நடக்கத் தொடங்கினார், பல மாநிலங்களைச் சேர்ந்த 78 சத்தியாக்கிரகத் தொண்டர்கள் அவருடன் வந்தார்கள், வழியெங்கும் மக்கள் அவர்களுக்கு ஆதரவு தெரிவித்தார்கள், பொதுக்கூட்டங்கள் நடைபெற்றன, காந்தியின் போராட்டத்தைப்பற்றிய செய்திகள் எங்கும் பரவின, போராட்டத்தை வலுவாக்கின.

அகமதாபாதிலிருந்து 241 மைல் தொலைவிலுள்ள தண்டி என்ற இடத்தில் இந்தச் சத்தியாக்கிரகம் நிறைவடைந்தது. 1930 ஏப்ரல் 6ம் தேதி, காந்தி தண்டியில் உப்பெடுத்தார், உப்புச் சட்டத்தை மீறினார், அதன்மூலம், இந்திய விடுதலைப் போராட்டத்தைப்பற்றிய மிகப் பெரிய விழிப்புணர்வை உண்டாக்கினார்.

உப்புச் சத்தியாக்கிரகம் தண்டியில்மட்டும் நடைபெறவில்லை. நாடுமுழுவதும் பல தொண்டர்கள் அரசுக்கு எதிராக உப்பெடுத்துப் போராட்டத்தில் ஈடுபட்டார்கள். அரசாங்க அடக்குமுறைகளை எதிர்த்து அவர்கள் தங்களுடைய போராட்டத்தைத் தொடர்ந்தார்கள். இந்திய விடுதலைப் போராட்ட வரலாற்றின் மிக முக்கியமான நிகழ்வுகளில் ஒன்றாக உப்புச் சத்தியாக்கிரகம் இடம்பிடித்தது.

80. காந்தி சிறை சென்றிருக்கிறாரா?

'Bahuroope Gandhi' என்ற தலைப்பில் பல கோணங்களில் காந்தியைப் பதிவுசெய்த அனு பந்தோபாத்யா காந்தியின் சிறைவாசங்களைப்பற்றி மிக விரிவாகவும் சுவையாகவும் எழுதியிருக்கிறார். அந்தக் கட்டுரையின் சுருக்கம், இந்தக் கேள்விக்கு நல்ல பதிலாக அமையும்:

★ காந்தி தென்னாப்பிரிக்காவிலும் இந்தியாவிலும் அரசுக்கு எதிரான போராட்டத்தை வலியுறுத்தியவர், பெரும் எண்ணிக்கையிலான மக்களை ஒத்துழையாமை இயக்கத்தில் வழிநடத்தியவர், அதனால் அவர் பலமுறை கைது செய்யப்பட்டார், சிறையில் அடைக்கப்பட்டார்.

★ காந்தி கைது செய்யப்பட்டபோதெல்லாம் தன்னுடைய "குற்றங்களை" ஒப்புக்கொண்டார், மிகத் தீவிரமான தண்டனையைக் கோரிப் பெற்றார்.

★ காந்தி 11 முறை சிறையில் அடைக்கப்பட்டார். இந்தத் தண்டனைகள் அனைத்தையும் கூட்டிப் பார்த்தால் அவர் 11 ஆண்டுகள் 19 நாட்கள் சிறையில் இருந்திருக்கவேண்டும்; ஆனால், அவருடைய தண்டனை பலமுறை குறைக்கப்பட்டது.

அதனால், 6 ஆண்டுகள் 10 மாதங்கள்மட்டும்தான் அவர் சிறையில் இருந்தார்.

★ காந்தி முதன்முறை சிறைக்குச் சென்றபோது அவருக்கு வயது 39; கடைசிமுறை சிறையிலிருந்து வெளிவந்தபோது அவருக்கு வயது 75.

★ சிறையில் காந்தி பல துன்பங்களை அனுபவித்திருக்கிறார்: மோசமான உணவு, கடுமையான வேலை, அவமானப்படுத்துதல், சக கைதிகள் சிலரால் தாக்கப்படுதல், தூய்மையற்ற சூழல், இன்னும் பல. எனினும், அவர் சிறைத்தண்டனையை எண்ணி வருந்தவில்லை. சொல்லப்போனால், அதிலும் சில நன்மைகள் உண்டு என்றார். எடுத்துக்காட்டாக, சிறையில் இருக்கும்போது அவர் மணிக்கணக்காகப் படிக்கலாம். ஒருமுறை, இரண்டு ஆண்டுச் சிறைத்தண்டனையில் 150 புத்தகங்களைப் படித்துமுடித்தார் காந்தி!

★ அதேபோல், சிறையில் இருக்கும்போது காந்தி பல மணி நேரம் நூல் நூற்பார், நடப்பார், எழுதுவார், சக கைதிகளுக்கு எதையாவது கற்றுத்தருவார்.

★ காந்தி சிறைக்கூடங்களுக்கு வெளியிலும் சிறைப்படுத்தப்பட்டதுண்டு. எடுத்துக்காட்டாக, புணே நகரில் உள்ள ஆகா கான் மாளிகை.

★ சிறைச்சாலைகள் சீர்திருத்தக் கூடங்களாகவும் கல்விக் கூடங்களாகவும் பயிலகங்களாகவும் மாறவேண்டும் என்பது காந்தியின் எண்ணம்.

81. வைக்கம் போராட்டம் என்றால் என்ன? காந்தி அதில் பங்கேற்றாரா?

வைக்கம் என்பது இன்றைய கேரள மாநிலத்தில் உள்ள ஒரு நகரம். அன்றைக்கு (1920களில்) அது திருவிதாங்கூர் மாகாணத்தில் இருந்தது.

இந்த ஊரில் ஒரு சிவன் ஆலயம் இருந்தது. அந்த ஆலயத்தைச் சுற்றியிருந்த பொதுச் சாலைகளில் உயர்சாதி மக்கள்மட்டும்தான் நடக்கலாம், மற்ற சாதிகளைச் சேர்ந்தவர்கள் அந்தச் சாலையைப் பயன்படுத்தக்கூடாது என்று தடைவிதிக்கப்பட்டிருந்தது.

பொதுச் சாலை என்ற சொல்லின் பொருள், அதை யார் வேண்டுமானாலும் பயன்படுத்தலாம் என்பதுதான். ஆனால், சாதி வேறுபாடு நிறைந்திருந்த அன்றைய சூழலில் இந்த நியாயமற்ற சட்டம் செயலில் இருந்தது, மக்களும் வேறு வழியில்லாமல் அதைப் பின்பற்றிக்கொண்டிருந்தார்கள்.

1924 ஃபிப்ரவரி மாதம், வைக்கத்தில் தீண்டாமைக்கு எதிரான ஒரு பொதுக் கூட்டம் நடைபெற்றது. அதில், தாழ்த்தப்பட்ட சாதிகளைச் சேர்ந்தவர்கள் கோயிலைச் சுற்றியுள்ள சாலைகளில் நடக்கக்கூடாது என்கிற விதிமுறையைச் சத்தியாக்கிரகிகள்

(சத்தியாக்கிரகத்தைப் பின்பற்றுவோர்) மீறுவார்கள் என்று தீர்மானிக்கப்பட்டது.

அந்த ஆண்டு மார்ச் 30ம் தேதி, திருவிதாங்கூரின் வெவ்வேறு பகுதிகளில் இருந்து வந்த தன்னார்வலர்கள் வைக்கத்தில் ஒன்றுகூடினார்கள். மகாத்மா காந்தியின் செய்தி ஒன்று படிக்கப்பட்டது. அதன்பிறகு, வெவ்வேறு சாதிகளைச் சேர்ந்த மூன்று பேர் தடை செய்யப்பட்ட சாலையை நோக்கி நடந்தார்கள். காவல்துறை அவர்களைக் கைது செய்தபோதும், அவர்கள் அங்கிருந்து நகர மறுத்துவிட்டார்கள்.

இப்படித் தொடங்கிய போராட்டம் அடுத்த பல மாதங்களுக்குத் தொடர்ந்தது. 1925 மார்ச் 9ம் தேதி காந்தி வைக்கத்துக்கு நேரில் வந்து போராட்டத்தில் பங்கேற்றார். அதன்பிறகும் போராட்டம் தொடர்ந்தது. 604 நாட்களுக்குப்பிறகு, 1925 நவம்பர் 23ம் தேதி, கோயிலைச் சுற்றிய நான்கு சாலைகளில் மூன்று சாலைகளை எல்லாரும் பயன்படுத்தலாம் என்று அறிவிக்கப்பட்டது. அதன்பிறகு 11 ஆண்டுகள் கழித்து (1936ல்) அந்த நான்காவது சாலையும் எல்லாருக்கும் திறந்துவிடப்பட்டது.

தென்னிந்தியாவின் முக்கியமான அரசியல், சமூகப் போராட்டங்களில் ஒன்று வைக்கம் சத்தியாக்கிரகம், எந்த வன்முறையும் இல்லாமல் அமைதியான காந்திய வழியில் மக்கள் பெற்ற வெற்றியும்கூட.

82. வட்டமேசை மாநாடு என்றால் என்ன? காந்தி அதில் பங்கேற்றாரா?

பிரிட்டிஷ் அரசுக்கும் அதனால் ஆளப்படுகின்ற இந்திய மக்கள், கட்சிகளுடைய பிரதிநிதிகளுக்கும் நடுவில் இந்திய அரசியலமைப்புச் சீர்திருத்தங்களைப்பற்றி (அதாவது, இந்தியா யாரால் எப்படி ஆளப்படவேண்டும் என்பதைப்பற்றி) நடைபெற்ற விவாதங்களைத்தான் 'வட்டமேசை மாநாடுகள்' என்று அழைக்கிறார்கள். இவ்வகையில் 1930ல் தொடங்கி 1932வரை மூன்று வட்டமேசை மாநாடுகள் லண்டனில் நடைபெற்றன.

நவம்பர் 1930முதல் ஜனவரி 1931வரை நடைபெற்ற முதல் வட்டமேசை மாநாட்டிலும் 1932 நவம்பர், டிசம்பர் மாதங்களில் நடைபெற்ற மூன்றாம் வட்டமேசை மாநாட்டிலும் காந்தி கலந்துகொள்ளவில்லை. செப்டம்பர் 1931 முதல் டிசம்பர் 1931வரை நடைபெற்ற இரண்டாம் வட்டமேசை மாநாட்டில்மட்டும் அவர் பங்கேற்றார். எனினும், அவருடைய பங்கேற்பால் இந்தியாவுக்குக் குறிப்பிடக்கூடிய நன்மைகள் எவையும் பெறப்படவில்லை.

83. இர்வின் பிரபு என்பவர் யார்? அவரும் காந்தியும் செய்துகொண்ட ஒப்பந்தம் என்ன? எதற்காக?

இர்வின் பிரபு என்பவருடைய உண்மைப் பெயர் எட்வர்ட் ஃப்ரெடரிக் லின்ட்லெ வுட். 1926ம் ஆண்டிலிருந்து 1931ம் ஆண்டுவரை இந்தியாவின் வைஸ்ராயாகப் பொறுப்பு வகித்தவர்.

1930ம் ஆண்டில் காந்தி நடத்திய உப்புச் சத்தியாக்கிரகத்தைத் தொடர்ந்து காந்தி உட்பட பல தலைவர்களும் தொண்டர்களும் சிறையில் அடைக்கப்பட்டார்கள். இதுபற்றிய செய்திகள் உலக அளவில் பரவத் தொடங்கின. ஏதோ ஒருவிதத்தில் இந்தப் பிரச்சினைக்குத் தீர்வு காணவேண்டும் என்று இர்வின் பிரபு எண்ணினார், அதற்காக, காந்தியுடன் பேச முன்வந்தார்.

இந்தச் செய்தி பிரிட்டிஷ் அரசு வட்டாரங்களில் பெரும் அதிர்ச்சியை உண்டாக்கியது. பிரிட்டிஷ் அரசருடைய பிரதிநிதியாகிய வைஸ்ராயுடன் இந்தியர் ஒருவர் சமமாக அமர்ந்து பேசுவதை, வாதிடுவதை அவர்கள் இழிவாகக் கருதினார்கள்.

ஆனால், காந்தி யாரோ ஓர் இந்தியர் இல்லை. இந்தியாவின் முதன்மை அரசியல் கட்சியாகிய காங்கிரஸ் தன்னுடைய

பிரதிநிதியாக அவரைத் தேர்ந்தெடுத்திருந்தது, தன் சார்பாக இர்வின் பிரபுவுடன் விவாதிக்க அவருக்கு அதிகாரம் அளித்திருந்தது. இதனால் இந்தியாவுக்கு நன்மை விளையும் என்ற நம்பிக்கையுடன்தான் அவர் இர்வின் பிரபுவுடன் பேசச் சென்றார்.

இவ்வாறு 1931ல் காந்திக்கும் இர்வின் பிரபுவுக்கும் நடைபெற்ற எட்டு உரையாடல்கள் மொத்தம் இருபத்து நான்கு மணி நேரங்களுக்கு நீடித்தன. அதன் விளைவாகக் காந்தி: இர்வின் ஒப்பந்தம் கையெழுத்தானது. காங்கிரஸின் செயல்பாடுகளைத் தடுக்கும் ஆணைகளை விலக்கிக்கொள்ளவும், வன்முறையில் ஈடுபடாத விடுதலைப் போராளிகள்மீதான வழக்குகளை விலக்கிக்கொண்டு அவர்களை விடுவிக்கவும் பிரிட்டிஷ் அரசு முன்வந்தது. இரண்டாம் வட்டமேசை மாநாட்டில் கலந்துகொண்டு இந்திய அரசியலமைப்புச் சீர்திருத்தங்களை விவாதிக்க, காங்கிரஸ் ஒப்புக்கொண்டது.

84. பூனா ஒப்பந்தம் என்பது என்ன?

1932 ஆகஸ்ட் மாதத்தில், இந்தியாவின் மத்திய ஆட்சி அவையில் 71 இடங்களைத் தாழ்த்தப்பட்டவர்களுக்காக ஒதுக்குவது என்று பிரிட்டிஷ் அரசு அறிவித்தது. ஆனால், இந்த அறிவிப்பு இந்துக்களைச் சாதி அடிப்படையில் பிரிக்கிறது என்று காந்தி கருதினார், இதன்மூலம் பிரிட்டிஷ் அரசு இந்தியர்களைப் பிரித்தாளப் பார்க்கிறது என்று உணர்ந்தார். அதனால், இந்த அறிவிப்பைத் திரும்பப் பெறக்கோரி உண்ணாநோன்பை அறிவித்தார்.

இதையடுத்து, நாடுமுழுவதும் பெரும் பரபரப்பு உண்டானது. மக்கள் காந்தியின் உயிரைக் காக்க விரும்பினார்கள். அதற்காக எல்லாத் தரப்பினரும் சேர்ந்து பேசவேண்டும், தாழ்த்தப்பட்ட மக்களுடைய பிரதிநிதிகளுடன் உரையாடி ஒரு நல்ல தீர்வைக் கண்டறியவேண்டும் என்று கோரிக்கை வைத்தார்கள்.

அப்போது காந்தி புனே (அன்றைய பெயர் "பூனா") நகரில் சிறையில் இருந்தார். அங்கு இந்தப் பிரச்சினையைப்பற்றி நடைபெற்ற பேச்சுவார்த்தையின் நிறைவாக, 1932 செப்டம்பர் 24 அன்று பூனா ஒப்பந்தம் கையெழுத்தானது. தாழ்த்தப்பட்ட மக்கள் சார்பாக டாக்டர் பி. ஆர். அம்பேத்கரும் இந்துக்களின் சார்பாக மதன் மோகன் மாளவியாவும் அதில் கையெழுத்திட்டார்கள்.

பிரிட்டிஷ் அரசாங்கத்தின் அறிவிப்புக்கும் பூனா ஒப்பந்தத்துக்கும் என்ன வேறுபாடு?

தாழ்த்தப்பட்ட மக்களுக்கென்று குறிப்பிட்ட எண்ணிக்கையிலான இடங்களை வழங்குவதுதான் பிரிட்டிஷ் அரசாங்கத்தின் திட்டம். அந்தத் தொகுதிகளில் மற்ற சாதிகளைச் சேர்ந்தவர்கள் வாக்களிக்க இயலாது.

பூனா ஒப்பந்தத்தின்படியும் தாழ்த்தப்பட்ட மக்களுக்கு ஒரு குறிப்பிட்ட எண்ணிக்கையிலான இடங்கள் வழங்கப்படும். அந்த இடங்களில் யார் போட்டியிடவேண்டும் என்பதைத் தாழ்த்தப்பட்ட மக்கள் சேர்ந்து தீர்மானிக்கலாம். அதன்பிறகு, எல்லா மக்களும் அவர்களுக்கு வாக்களிப்பார்கள்.

இன்னொரு முக்கியமான வேறுபாடு, பிரிட்டிஷ் அரசு அறிவிப்பின்படி தாழ்த்தப்பட்ட மக்களுக்கு 71 இடங்கள் கிடைத்தன. பூனா ஒப்பந்தத்தின்படி அவர்களுக்குக் கிட்டத்தட்ட இருமடங்கு (148) இடங்கள் கிடைத்தன. அத்துடன், அவர்களுடைய பிரதிநிதிகள் எல்லாத் தரப்பு மக்களுடைய ஆதரவுடன் சட்ட அவைகளுக்குச் செல்லும் சூழல் அமைந்தது.

85. காந்தி அடிக்கடி உண்ணாவிரதம் இருப்பாரா? ஏன்?

உண்ணாவிரதம் எனப்படும் உண்ணாநோன்பு, அதாவது, ஒரு குறிப்பிட்ட நேரத்துக்கு, அல்லது, ஒரு குறிப்பிட்ட செயல் நடக்கும்வரை உணவு உண்ணாமல் இருப்பது காந்தியின் பழக்கங்களில் ஒன்று. 'நம்மால் நீக்க இயலாத ஒரு துன்பம் வரும்போது, உண்ணாநோன்பு இருக்கவேண்டும், வழிபடவேண்டும் என்று என் மதம் எனக்குக் கற்றுத்தந்துள்ளது' என்று எழுதியிருக்கிறார் காந்தி.

வேறோர் இடத்தில் 'உண்ணாநோன்பு என்பது கண்ணைப்போல' என்கிறார் காந்தி. 'கண்கள் வெளிப் பார்வைக்கு உதவுவதுபோல் உண்ணாநோன்புகள் உள் பார்வைக்கு உதவுகின்றன.'

உண்மையான உண்ணாநோன்பு நம்முடைய உடலை, மனத்தை, ஆன்மாவைத் தூய்மைப்படுத்தும் என்பது காந்தியின் நம்பிக்கை. கடவுளிடம் நம்மை முழுமையாக ஒப்படைக்கிற ஒரு வழியாகக் காந்தி அதைக் கருதினார்.

காந்தி தன்னுடைய பொதுவாழ்க்கையில் பலமுறை பல காரணங்களுக்காக உண்ணாநோன்பு இருந்திருக்கிறார். எடுத்துக்காட்டாக, 1921ல் பம்பாயில் வன்முறை நிகழ்வுகள்

நடைபெற்றபோது மக்கள் அவற்றை நிறுத்தவேண்டும் என்று கேட்டுக்கொண்டு 4 நாட்கள் உண்ணாநோன்பு இருந்தார். 1948ல் தில்லியில் நடைபெற்ற வன்முறை நிகழ்வுகளைத் தடுப்பதற்காகவும் வேறு பல கோரிக்கைகளை வலியுறுத்தியும் 6 நாட்கள் உண்ணாநோன்பு இருந்தார்.

இப்படிக் காந்தி ஒவ்வொருமுறை உண்ணாநோன்பு இருக்கும்போதும் அதனால் அவர் அனுபவிக்கிற துன்பம் ஒருபுறமிருக்க, சட்டென்று அந்தப் பிரச்சினையைப்பற்றிய நாடுதழுவிய விழிப்புணர்வு ஏற்பட்டுவிடும். அவருடைய மன உறுதியை அறிந்த மக்கள் வேண்டிய மாற்றத்தைக் கொண்டுவந்துவிடுவார்கள். ஆனால், காந்தி உண்ணாநோன்பை ஒரு வற்புறுத்தல் கருவியாக நினைக்கவில்லை. பிறரை அச்சுறுத்தித் தன் எண்ணத்தை நிறைவேற்றுவது அவருடைய நோக்கமாக இருக்கவில்லை. அவருடைய மற்ற போராட்ட முறைகளைப்போல் இதுவும் அன்பு வழியில்தான் நடைபெற்றது. 'உண்ணாநோன்பின் நோக்கம், நம் அன்புக்குரிய ஒருவரைச் சீர்திருத்துவதுதான்' என்றார் அவர். 'ஒருவருடைய தந்தை குடிப்பழக்கத்துக்கு அடிமையாகியிருக்கிறார் என்றால், அந்த மகன் உண்ணாநோன்பு இருந்து அவரைத் திருத்தலாம்.'

86. "வெள்ளையனே வெளியேறு" என்ற முழக்கத்தைக் காந்திதான் உருவாக்கினாரா?

'*Quit India*' என்பது 1942ம் ஆண்டு பிரிட்டிஷ் ஆட்சிக்கு எதிராகக் காந்தி தொடங்கிய பொதுமக்கள் போராட்டத்தின் பெயர். 1942 ஆகஸ்ட் 8ம் தேதி இதே தலைப்பில் ஒரு புகழ் பெற்ற உரையையும் நிகழ்த்தினார் காந்தி. இந்தத் தலைப்புதான் தமிழில் "வெள்ளையனே வெளியேறு" என்று மொழிபெயர்க்கப்பட்டுள்ளது.

ஆனால், "*Quit India*" என்ற வலுவான முழக்கத்தை முதலில் எழுப்பியவர் காந்தி இல்லை. இந்தப் போராட்டத்துக்கு என்ன பெயர் வைக்கலாம் என்று காந்தி பல தலைவர்களுடன் விவாதித்துக்கொண்டிருந்தபோது, யூசுஃப் மெஹெரல்லி என்ற தலைவர்தான் இந்த முழக்கத்தை முன்வைத்ததாக முகுந்த் குன்டெ எழுதுகிறார்.

87. காந்தியின் முதன்மையான தொண்டர்கள் யார்?

மற்ற பல தலைவர்களுடன் ஒப்பிடும்போது காந்தி மிகக் கண்டிப்பானவர். அவருடைய வழி அன்பாக இருக்கலாம்; ஆனால், அதில் நடப்பது மிகக் கடினம். பெரும்பான்மை மக்கள் பின்பற்றுகின்ற பல விஷயங்களை அவர் மீறச்சொன்னார், அதற்குத் தெளிவான காரணங்களையும் முன்வைத்தார்.

எடுத்துக்காட்டாக, 'பொய் சொல்லக்கூடாது' என்பது எல்லாருக்கும் தெரிந்த விஷயம்தான். ஆனால், தேவையான இடங்களில் பொய் சொல்லலாம், பிறருக்குத் துன்பம் வராத அளவில் பொய் சொல்லலாம் என்றெல்லாம் நாம் பல காரணங்களைச் சொல்லிக்கொண்டு அதை அவ்வப்போது பின்பற்றாமலிருக்கிறோம். இதுபோல் நாம் வசதிக்காகச் செய்கிற பல விஷயங்களைக் காந்தி கேள்வி கேட்டார், நாம் செய்வது சரிதானா என்று நம் மனத்தைத் தூண்டி எழுப்பினார்.

பிரிட்டிஷ் ஆட்சிக்கு எதிராகக் குரல் கொடுங்கள் என்கிற அவருடைய கோரிக்கையைப் பலரும் எளிதில் பின்பற்றியிருப்பார்கள். ஆனால், எப்போதும் உண்மையைப் பேசுங்கள், எதிரியின்மீதும் அன்பு செலுத்துங்கள், எப்போதும்

வன்முறையைக் கையில் எடுக்காதீர்கள், பிறருடைய நலனுக்காக உழையுங்கள், தீய பழக்கங்களை விடுங்கள், மக்களுக்குச் சேவை செய்யுங்கள், தேவைக்குமேல் எதற்கும் ஆசைப்படாதீர்கள், நாக்கைக் கட்டுப்படுத்துங்கள் என்றெல்லாம் அவர் வரிசையாகச் சொல்லிச்சென்ற பல அன்புக் கட்டளைகள் அனைத்தையும் பின்பற்றுவது எளிதில்லை.

ஆனால், அன்றைய இந்தியாவிலும் இன்னும் பல நாடுகளிலும் காந்தியின் இந்தக் கட்டளைகளை மதித்துப் பின்பற்ற விரும்பிய பலர் இருந்தார்கள். இவர்கள் அனைவரும் அவருடைய அனைத்துக் கொள்கைகளையும் எல்லா நேரங்களிலும் பின்பற்றினார்கள் என்று சொல்வதற்கில்லை, ஆனால், அந்த வழியில் நேர்மையான முயற்சியுடன் நடக்கத் தயாராக இருந்தார்கள், இன்றும் இருக்கிறார்கள், அவர்கள்தான் காந்தியின் முதன்மையான தொண்டர்கள், விடுதலைப் போரின்போதும் சரி, அதன்பிறகும் சரி, இப்போதும் சரி, சமூக மாற்றத்தைக் கொண்டுவருகிற களப் போராளிகள்.

88. காந்தி ரயிலில் நிறையப் பயணம் செய்தது ஏன்?

காந்தி தென்னாப்பிரிக்காவிலிருந்து இந்தியா திரும்பிச் சில ஆண்டுகளுக்குப்பிறகு, *'Third Class in Indian Railways'* என்ற ஒரு சிற்றேட்டை எழுதினார். அதில் இந்தக் கேள்விக்கான பதிலை அவரே சொல்கிறார்:

'நான் இந்தியா திரும்பி இரண்டரை ஆண்டுகளுக்குமேல் ஆகின்றன. இதில் கால்வாசி நேரத்துக்குமேல் நான் ரயிலில் மூன்றாம் வகுப்புப் பட்டியில் பயணம் செய்திருக்கிறேன், யாரும் வற்புறுத்தி இல்லை, நானாக விரும்பித்தான். வடக்கில் லாகூர் முதல், தெற்கில் தரங்கம்பாடிவரை, இந்தப்பக்கம் கராச்சி முதல் அந்தப் பக்கம் கல்கத்தாவரை நான் ரயிலில் சென்றிருக்கிறேன். இதற்கு ஒரு முக்கியக் காரணம், இந்த மூன்றாம் வகுப்பில் பயணம் செய்கிற மக்களுடைய நிலைகளைக் கவனித்துப் புரிந்துகொள்வதுதான்.'

இந்தச் சிற்றேட்டை எழுதிய அடுத்த சில ஆண்டுகளில் காந்தி இந்தியாவின் மிகப் பெரிய தலைவர். அதனால், இன்னும் வசதியான வழிகளில் பயணம் செய்கிற வாய்ப்புகள் அவருக்கு அமைந்திருக்கும். ஆனாலும் அவர் தொடர்ச்சியாக ரயில்

பயணங்களை விரும்பிவந்திருக்கிறார். மக்களில் ஒருவராகத் தன்னை அடையாளப்படுத்திக்கொள்வதற்கு இதை ஒரு வாய்ப்பாக அவர் கருதியிருக்கவேண்டும்.

அன்றைய இந்தியாவில் மிக நல்ல ரயில் வலைப்பின்னல் இருந்தது. அதனால், காந்தி பல நீண்ட பயணங்களை ரயில் வழியில் நிகழ்த்தியிருக்கிறார், அவர் பயணம் செய்கிற வழியெல்லாம் மக்கள் கூட்டமாக நின்று அவரைப் பார்த்திருக்கிறார்கள், ரயில் நிலையங்களில் உரைகள் நிகழ்த்தியிருக்கிறார், சமூகப் பணிகளுக்கு நிதி திரட்டியிருக்கிறார்.

49. காந்தி வெளிநாட்டுத் துணிகளைக் கொளுத்தியது ஏன்?

இந்தியர்கள் இந்தியப் பொருட்களை (அதாவது, உள்நாட்டில் சக இந்தியர்களால் தயாரிக்கப்பட்ட பொருட்களை) வாங்கிப் பயன்படுத்தவேண்டும் என்பது காந்தியின் கோரிக்கைகளில் ஒன்று. இதன்மூலம் உள்நாட்டுத் தொழில்களுக்கான வாய்ப்புகள் பெருகும் என்பதுதான் இதன் அடிப்படை நோக்கம்.

அன்றைக்கு இந்தியாவில் வெளிநாட்டு ஆடைகளின்மீது மிகுந்த விருப்பம் இருந்தது. விலை குறைவான, தரம் மிகுதியான அந்த ஆடைகளுடன் ஒப்பிடும்போது மக்கள் உள்ளூர்த் தயாரிப்புகளை வாங்கத் தயங்கினார்கள்.

ஆனால், முதலில் உள்ளூர்த் தயாரிப்புகள் நன்கு விற்றால்தானே அந்த லாபத்தைக் கொண்டு அவற்றில் கூடுதல் முதலீடு செய்து தரத்தை மேம்படுத்தவும் விலையைக் குறைத்து வழங்கவும் இயலும்? அவ்வகையில் பார்க்கும்போது, தொடக்கத்தில் சில சிரமங்கள் இருந்தாலும் அவற்றைப் பொறுத்துக்கொண்டு உள்ளூர் ஆடைகளை வாங்கிப் பயன்படுத்தி ஆதரிப்பது நம் மக்களுடைய கடமை என்று காந்தி கருதினார். அதனால்,

வெளிநாட்டுத் துணிகளைக் கொளுத்தச்சொன்னார், உள்நாட்டுத் துணிகளைப் பயன்படுத்தச்சொன்னார்.

இதற்கு இன்னொரு காரணமும் உண்டு. ஒருகாலத்தில் இந்தியாவின் உள்நாட்டு நெசவுத் தொழில் நன்கு வளம் பெற்றிருந்தது. வெளிநாட்டுத் துணிகளின் வரவினால் அது நசிந்துபோனது. இவ்வாறு இந்தியத் தொழிலாளர்களை நசுக்கி, நம்முடைய பொருளாதாரத்தைச் சுரண்டி வெற்றி பெற்ற வெளிநாட்டுத் துணிகளை அழிப்பது ஓர் அடையாளச் செயல், இந்தியர்களுடைய சுயமரியாதையின் வெளிப்பாடு என்றும் பார்க்கலாம்.

௯௦. இந்தியா ஆங்கிலேயர்களிடமிருந்து விடுதலை பெறவேண்டும் என்பதுதான் காந்தியின் ஒரே நோக்கமா?

'என்னுடைய கனவு சுயராஜ்ஜியம் என்பது, ஏழைகளுக்கான சுயராஜ்ஜியம்' என்று எழுதினார் காந்தி. அதாவது, உண்மையான விடுதலை என்பது ஏழைகளுக்கும் கிடைக்கவேண்டும் என்பது அவருடைய நம்பிக்கை.

அன்றைய இந்தியாவை பிரிட்டிஷ் ஆட்சியாளர்கள் ஆண்டுகொண்டிருந்தார்கள். அவர்களைத் திருப்பி அனுப்பிவிட்டு இந்தியாவை இந்திய ஆட்சியாளர்கள் ஆள்வதுதான் விடுதலை என்று பலர் நினைத்தார்கள். அது ஒருவகையில் உண்மையும்கூட. இந்தியாவை லண்டன் ஆளாமல் தில்லியில் அமர்ந்திருக்கும் இந்தியர்கள் ஆள்வது நமக்கு அரசியல் விடுதலையைக் கொடுக்கும்.

ஆனால், காந்தி எதிர்பார்த்த விடுதலை, வாழ்க்கைத் தேவைகள் அனைத்தும் பணக்காரர்களைப்போல் ஏழைகளுக்கும் கிடைக்கவேண்டும் என்பதுதான். 'இந்தியாவை ஆங்கிலேயர்களுடைய கட்டுக்களில் இருந்து விடுவிப்பதுமட்டும் என் நோக்கம் இல்லை. எல்லாக் கட்டுகளில் இருந்தும் விடுவிக்கவேண்டும்' என்றார் அவர்.

இதன் பொருள், காந்தி எதிர்பார்த்தது வெறும் அரசியல் விடுதலையை மட்டுமில்லை, அவர் சமூக விடுதலையையும் விரும்பினார், விடுதலையின் நன்மைகள் அனைத்து இந்தியர்களுக்கும் கிடைக்கவேண்டும் என்று நினைத்தார். இந்தியர்கள் அனைவரும் கண்ணியமான, அச்சமற்ற வாழ்க்கையை வாழும் சூழ்நிலைதான் அவர் விரும்பிய உண்மையான விடுதலை.

91. தீண்டாமைக்கு எதிராக காந்தி நடத்திய போராட்டம் எப்படிப்பட்டது?

'தீண்டாமைக் கொடுமையை அனுபவிக்கிறவர்களுக்குச் சேவை செய்வது என்னுடைய வாழ்க்கையின் பேரார்வம்' என்று 1921ல் எழுதினார் காந்தி. அவர் சார்ந்திருந்த இந்து மதம் சில குறிப்பிட்ட சாதிகளைச் சேர்ந்தவர்களை இழிவாக நினைப்பதும், மற்றவர்கள் அவர்களைத் தொடக்கூடாது, அவர்களுடன் பழகக்கூடாது, அவர்கள் தனியாகத்தான் வாழவேண்டும், பொது இடங்களுக்கு வரக்கூடாது என்றெல்லாம் தடைகள் விதிப்பதும் மிகப் பெரிய அநீதி என்று அவர் கருதினார். இந்தக் கொடுமைக்கு எதிராகத் தொடர்ந்து போராடினார்.

ஆனால், அன்றைய இந்தியாவில் பெரும்பான்மை மக்கள் தீண்டாமையை இயல்பாகக் கருதி ஏற்றுக்கொண்டிருந்தார்கள். அது ஒரு கொடுமையான பழக்கம் என்பதைக் கோடிக்கணக்கான இந்தியர்களுக்குச் சுட்டிக்காண்பித்து, அவர்களுடைய மனத்தை மாற்றுகிற பணியில் காந்தி ஈடுபட்டார். இன்னொரு பக்கம், தாழ்த்தப்பட்ட இனங்களைச் சேர்ந்தவர்களுக்கு நல்ல கல்வி, வேலை வாய்ப்புகளை அமைத்துக்கொடுக்கும் பணிகளையும் முன்னின்று நடத்தினார்.

1933ம் ஆண்டு நவம்பர் 7ம் தேதி, தீண்டாமைக்கு எதிரான ஒரு நீண்ட சுற்றுப்பயணத்தைத் தொடங்கினார் காந்தி. ஒன்பது மாதங்கள் 12,500 மைல்கள் பயணம் செய்து மக்களிடம் பேசினார், தீண்டாமைப் பழக்கத்தைக் கைவிடும்படி கேட்டுக்கொண்டார். இதனால் அவருக்குப் பல எதிர்ப்புகள் வந்தபோதும் காந்தி தன்னுடைய எண்ணத்தை மாற்றிக்கொள்ளவில்லை, தாழ்த்தப்பட்டவர்கள், தீண்டக்கூடாதவர்கள் என்று யாரும் இல்லை என்று தொடர்ந்து வலியுறுத்திவந்தார், தனிப்பட்டமுறையிலும் பொதுவிலும் ஏராளமாகப் பேசினார், எழுதினார், தன் சிந்தனைகளைச் செயலிலும் காண்பித்தார், தாழ்த்தப்பட்டோர் நலனுக்காக நிதி திரட்டிப் பல நலத் திட்டங்களை நிறைவேற்றினார்.

92. காந்தியின் வார்தா ஆசிரமம் எங்கு உள்ளது?

மகாராஷ்டிர மாநிலத்தில் நாக்பூருக்கு அருகில் உள்ள ஊர் வார்தா. இங்கிருந்து சில கிலோமீட்டர் தொலைவில் காந்தியின் 'சேவாக்ராம்' (சேவைக் கிராமம்) உள்ளது. இதை 'வார்தா ஆசிரமம்' என்றும் அழைப்பார்கள். 1936ம் ஆண்டுமுதல் 1946ம் ஆண்டுவரை காந்தி இந்த ஆசிரமத்தில் வசித்திருக்கிறார்.

1930களில் கிராமச் சீர்திருத்தம், பொருளாதார முன்னேற்றம் ஆகியவற்றில் கவனம் செலுத்திவந்த காந்தி அதற்காகத் தானும் ஒரு கிராமத்தில் தங்கி வாழவேண்டும், இந்தப் பணிகளில் நேரடியாக ஈடுபடவேண்டும் என்று விரும்பினார். அப்போது, ஜம்னாலால் பஜாஜ் அவருக்கு இந்தக் கிராமத்தைப்பற்றிச் சொன்னார், காந்தி இந்தக் கிராமத்தில் குடியேறலாம் என்று கேட்டுக்கொண்டார். காந்திக்கும் இந்த யோசனை பிடித்திருந்தது.

ஆனால், அப்போது இந்தக் கிராமத்தில் எந்தவிதமான வசதிகளும் இல்லை. அங்கு வருவதற்கு முறையான சாலை வசதிகூட இல்லை. ஆனால், அதையெல்லாம் பொருட்படுத்தாமல் காந்தி

தன்னுடைய ஆசிரமத்தை அமைப்பதற்காகச் சேவாக்ராம் புறப்பட்டுவிட்டார்.

முதலில் ‘ஆதி நிவாஸ்’ என்கிற ஒரு குடில்மட்டும் இங்கு அமைக்கப்பட்டது. மற்ற குடில்கள் அமைக்கப்படும்வரை காந்தி, கஸ்தூரிபா, காந்தியின் தனிச் செயலாளர் மகாதேவ் தேசாய், அங்கு வருகிற விருந்தினர்கள் என்று எல்லாரும் அந்தக் குடிலில்தான் தங்கினார்கள்.

அதன்பிறகும் சேவாக்ராமில் பெரிய வசதிகள் எவையும் வந்துவிடவில்லை. எளிமையான இந்தச் சூழலில் காந்தியின் பணிகள் தொடர்ந்தன. பல தலைவர்கள் அவரைச் சந்திப்பதற்காக இங்கு வந்தார்கள், பல முக்கியமான தீர்மானங்கள் எடுக்கப்பட்டன. “அன்றைய இந்தியாவின் உண்மையான தலைநகரம் சேவாக்ராம்தான்” என்றார் ஜே.சி.குமரப்பா.

93. காந்தியின் மனைவி அவருடைய போராட்டங்களில் பங்கேற்றாரா?

காந்தியின் மனைவி கஸ்தூரிபாய் எழுதப் படிக்கத் தெரியாதவர்தான். ஆனால், தெளிவான சிந்தனையும் மன உறுதியும் கொண்டவர். தன்னுடைய கணவருடைய அனைத்துப் பணிகளுக்கும் துணையாக நின்றவர். அதே நேரம், சமூகப் பொறுப்பு மிக்க ஒரு தனி நபராகப் போராட்டங்களில் பங்கேற்றார், சிறை சென்றார், தன்னைச் சுற்றியிருந்த மற்ற பெண்களுக்கு ஓர் எடுத்துக்காட்டாக இருந்தார்.

கஸ்தூரிபாயின் துணிவான, தெளிவான சிந்தனைக்கு ஓர் எடுத்துக்காட்டாக அபர்ணா பாசு பதிவுசெய்த ஒரு நிகழ்ச்சியைச் சுட்டிக்காண்பிக்கிறார் தன்வி துபே:

ஒருமுறை வைஸ்ராய், காந்தியைப் பேச்சுவார்த்தைகளுக்காக அழைத்திருந்தார். அவர் தங்கியிருந்த சிம்லாவுக்கு காந்தியும் கஸ்தூரிபாயும் சென்றார்கள். ஒருபக்கம் காந்தியும் வைஸ்ராயும் பேசிக்கொண்டிருக்க, இன்னொருபக்கம், காந்தியின் மனைவி கஸ்தூரிபாயும் வைஸ்ராயின் மனைவியும் சந்தித்தார்கள், மொழிபெயர்ப்பாளர் ஒருவருடைய துணையுடன் உரையாடினார்கள்.

அப்போது, ‘எனக்குக் கொஞ்சம் கதர்த் துணி வேண்டும்’ என்று கஸ்தூரிபாயிடம் கேட்டார் வைஸ்ராயின் மனைவி. ‘அதன்மூலம் நான் இந்திய மக்களுடன் இன்னும் நெருங்க விரும்புகிறேன்.’

‘கண்டிப்பாக நான் உங்களுக்குக் கதர்த் துணி அனுப்பிவைக்கிறேன்’ என்றார் கஸ்தூரிபாய். பிறகு, ‘ஆனால் ஒன்று, நீங்கள் இந்திய மக்களுடன் இன்னும் நெருங்கவேண்டுமென்றால், ஏன் இப்படி எங்கோ மலை உச்சியில் வாழ்ந்துகொண்டிருக்கிறீர்கள்? சமதளத்துக்கு வந்து மக்களோடு மக்களாகத் தங்கி அவர்களுடன் பழகினால்தானே அவர்களை இன்னும் நன்றாகத் தெரிந்துகொள்ள இயலும்?’ என்று கேட்டார்.

காந்தி சமூகத்தில், குறிப்பாகப் பெண்களிடம் கொண்டுவர நினைத்த மாற்றத்துக்குக் கஸ்தூரிபாய் ஒரு நேரடி எடுத்துக்காட்டு. அவருடைய தொலைநோக்குக் கருத்துகளைப் புரிந்துகொண்டு, சரியாக உள்வாங்கிக்கொண்டு சிந்தனையாகவும் செயலாகவும் வெளிப்படுத்துவது எளிய செயலில்லை. அதைத் தாண்டித் தன்னை ஒரு மிகச் சிறந்த விடுதலைப் போராட்ட வீராங்கனையாகவும் சமூகப் போராளியாகவும் முன்னிறுத்திக்கொள்வது இன்னும் கடினமான செயல். கஸ்தூரிபாய் புன்னகையோடும் அன்போடும் அதைச் சாதித்தார்.

94. காந்திக்கு எத்தனை பிள்ளைகள்?

காந்திக்கு நான்கு மகன்கள்: ஹரிலால் காந்தி, மணிலால் காந்தி, ராம்தாஸ் காந்தி, தேவ்தாஸ் காந்தி.

தேசத் தந்தை என்று போற்றப்படும் காந்தி தன்னுடைய சொந்த மகன்களிடம் சிறந்த தந்தையாகப் பெயர் வாங்கவில்லை என்கிறார்கள் பல வரலாற்றாளர்கள். “மற்ற பல விஷயங்களில் வழக்கமான வழிகளிலிருந்து மாறுபட்டுப் புதுமையாகச் சிந்தித்த காந்தி, குழந்தை வளர்ப்பு விஷயத்தில்மட்டும் பழைய சிந்தனைகளில் சிக்கியிருந்தார்” என்கிறார் ராமச்சந்திர குஹா. அதாவது, குழந்தைகள் இப்படித்தான் வளரவேண்டும், பெற்றோர் சொல்வதை அப்படியே கேட்கவேண்டும் என்பதுபோன்ற எதிர்பார்ப்புகளால் காந்தி அவர்களுடைய தனித்தன்மையை வளரவிடவில்லை என்பது இவருடைய கருத்து.

இன்னொரு கோணம், மிகச் சிறிய வயதிலேயே காந்தி தன்னுடைய குடும்பம், மனைவி, குழந்தைகள் என்கிற வட்டத்திலிருந்து விலகிச் சிந்திக்கத் தொடங்கிவிட்டார். பரந்த கண்ணோட்டமும் படிப்பும் பலதரப்பட்ட மக்களுடன் இணைந்து வாழ்வதும் அவருடைய பார்வையை விரிவாக்கின. சமூக, அரசியல் போராட்டங்களில் ஈடுபட்டுப் பிறருக்கு உதவுவது அவருக்குப் பிடித்திருந்தது, தன்னுடைய நேரம்

அந்த மக்களுக்குக் கூடுதலாகத் தேவைப்படுகிறது என்பதும் அவருக்குப் புரிந்துவிட்டது. அதனால், மற்ற பெற்றோரைப்போல் தன் மகன்களுக்கென்று நேரம் ஒதுக்கிச் சிந்தித்து அவர்களுடன் நல்லுறவை வளர்த்துக்கொள்ளக் காந்தியால் இயலவில்லையோ, அல்லது, சமூகத்திடம் எதிர்பார்த்ததைவிடப் பலமடங்கு உயர்ந்த தூய்மையை, நன்னடத்தையை அவர் தன் மகன்களிடம் எதிர்பார்த்தாரோ, அது கிடைக்காதபோது எளிதில் ஏமாற்றமடைந்துவிட்டாரோ... இப்படி இன்னும் பல கேள்விகள் எழுகின்றன. தனக்கு முற்றிலும் எதிரான மாற்றுக் கருத்து, நடவடிக்கைகளைப் கொண்ட பலருடன் வெளிப்படையாக உரையாடவும் விவாதிக்கவும் தயாராக இருந்த காந்தி அப்படி ஓர் இடத்தைத் தன் மகன்களுக்கு வழங்காதது ஏன் என்கிற வியப்பும் உண்டாகிறது.

95. இந்தியா இரண்டு நாடுகளாகப் பிரிக்கப்படுவதை காந்தி ஏற்றுக்கொண்டாரா?

காந்தி எந்தவகையான பிரிவினையையும் எப்போதும் ஆதரித்தவர் இல்லை. உலகில் அனைவரும் அவரவர் பண்பாடு, அடையாளங்களுடன் நண்பர்களாகச் சேர்ந்து வாழ இயலும் என்பதுதான் அவருடைய நம்பிக்கை. அப்படிப்பட்ட மனிதர் இந்துக்கள், முஸ்லிம்கள் என்ற அடிப்படையில் இந்தியாவை இரண்டாகப் பிரிப்பதை எப்போதும் விரும்பவில்லை, ஏற்றுக்கொள்ளவும் இல்லை.

ஆனால், இரண்டாம் உலகப் போரின் முடிவில் அப்படி ஓர் இரட்டைத்தன்மை இந்தியாவில் ஏற்பட்டுவிட்டது. ஒட்டுமொத்த இந்தியாவில் இஸ்லாமியர்கள் மகிழ்ச்சியாகவும் பாதுகாப்பாகவும் வாழ இயலாது. அவர்கள் பெரும்பான்மையாக உள்ள இடங்களைத் தனி நாடாகப் பிரிப்பதுதான் இதற்குத் தீர்வு என்கிற எண்ணம் பரவத் தொடங்கிவிட்டது. அதன் விளைவுதான் இந்தியாவை இரண்டாகப் பிரித்துப் பாகிஸ்தான் என்கிற தனி நாட்டை உருவாக்கும் திட்டம்.

காந்தி இந்தத் திட்டத்தை விரும்பவில்லை, ஆதரிக்கவில்லை என்றபோதும், காங்கிரஸ் கட்சி அதை ஏற்றுக்கொண்டுவிட்டது. இந்தப் பிரச்சினையைத் தீர்த்து இந்தியாவுக்கு விடுதலை

பெறுவதற்கு வேறு வழி இல்லை என்ற எண்ணத்தில்தான் அவர்கள் இந்தத் தீர்மானத்துக்கு வந்திருந்தார்கள். இதற்குக் காந்தியின் ஒப்புதல் இல்லை என்பதை அவர்கள் பொருட்படுத்தக்கூட இல்லை.

1947ம் ஆண்டு ஜூன் 3ம் தேதி, பிரிவினைத் திட்டம் அறிவிக்கப்பட்டபோது, 'இதில் வெறும் தீமைகளைமட்டும்தான் நான் பார்க்கிறேன்' என்று காந்தி, ராஜேந்திர பிரசாதிடம் கூறியதாக எழுதுகிறார் பேராசிரியர் முகம்மது அய்யூப். 'அதற்குமுன்பே காங்கிரஸ் தலைமை இந்தத் திட்டத்தின்பக்கம் சாயத் தொடங்கிவிட்டது. அவர்கள் இதுபற்றி காந்தியிடம் கலந்துரையாடக்கூட இல்லை.'

அன்றைய பொது மனநிலையைக் கருத்தில் கொண்டு பார்க்கும்போது, ஒருவேளை காந்தி இந்தத் தீர்மானத்தைக் கடுமையாக எதிர்த்திருந்தாலும் அது பெரும்பான்மை மக்களுடைய ஆதரவைப் பெற்றிருக்குமா என்பது ஐயம்தான். ஏன், அவருடைய அணுக்கத் தொண்டர்கள்கூட இதை விரும்பாமல் இருந்திருக்கலாம்.

சுருக்கமாகச் சொல்வதென்றால், இந்திய விடுதலைப் போராட்டத்தை முப்பது ஆண்டுகளுக்குமேலாக வழிநடத்தியவர்தான் என்றபோதும், அதன் நிறைவுப் புள்ளியில் நடைபெற்ற இந்தியப் பிரிவினையை, காந்தி ஏற்கவில்லை; விரும்பவில்லை; அது நிகழ்கிறது என்ற அளவில் ஏற்றுக்கொண்டார். அவ்வளவுதான்.

அதன்பிறகு காந்தி என்ன செய்தார் என்பதுதான் வியப்பான விஷயம். தாம் விரும்பாத பிரிவினையினால் தாம் விரும்பாத வன்முறை நிகழ்வுகள் தொடங்கிவிட்ட நேரத்தில், எங்கெல்லாம் தம்முடைய உதவி தேவைப்படுகிறதோ அங்கெல்லாம் நேரில் சென்றார், மக்களுடன், வன்முறையாளர்களுடன் நேரடியாகப் பேசினார், அமைதியைக் கொண்டுவந்தார். அதாவது, பிரிவினையைத் தடுக்க இயலாவிட்டாலும், அதன் துன்பங்களைக் குறைக்கத் தன்னால் இயன்றதைச் செய்தார்.

௯௬. இந்தியா விடுதலை பெற்ற நேரத்தில் காந்தி பாகிஸ்தானுக்கு ஆதரவாக நடந்துகொண்டாரா?

இந்தியாவிலிருந்து பாகிஸ்தான் பிரிந்து செல்வது உறுதியாகிவிட்ட நேரம். அவர்களுக்கு வெறும் நிலப் பரப்பைமட்டும் பங்கிட்டுக் கொடுத்தால் போதாது. ஒன்றுபட்ட இந்தியாவின் அனைத்துச் சொத்துகளையும் இந்த இரு நாடுகளுக்கும் சரியான விகிதத்தில் பிரித்துத் தருவதுதான் நியாயமாக இருக்கும்.

அப்போது இந்திய ரிசர்வ் வங்கியின் கையிருப்பில் சுமார் நானூறு கோடி ரூபாய்க்குச் சற்றுக் குறைவான ஒரு தொகை இருந்தது. அதில் 75 கோடி ரூபாய் பாகிஸ்தானுக்குச் சொந்தமானது என்று தீர்மானிக்கப்பட்டது. அதில் இருபது கோடி ரூபாய் உடனடியாக வழங்கப்பட்டுவிட்டது. மீதி 55 கோடி ரூபாயைப் பின்னர் தருவதாக ஒப்புக்கொண்டிருந்தது இந்தியா. இந்த நேரத்தில், காஷ்மீரில் இந்த இரு நாடுகளுக்கும் இடையில் பிரச்சினை தொடங்கியது. அதனால், பாகிஸ்தானுக்குக் கொடுப்பதாக இருந்த 55 கோடி ரூபாயை இந்தியா நிறுத்திவைத்துவிட்டது.

அப்போது புதிய நாடாகிய பாகிஸ்தான் கடுமையான நிதி நெருக்கடியில் இருந்தது. அவர்களுக்கு அந்தத் தொகை கண்டிப்பாகத் தேவைப்பட்டது. ஆனால், ஒருவேளை அந்தத் தொகையைக் கொண்டு அவர்கள் மேலும் எல்லைப்

பிரச்சினைகளை உருவாக்குவார்களோ என்று இந்தியா தயங்கியது.

இந்தியாவின் இந்தத் தீர்மானத்தைக் காந்தி ஏற்றுக்கொள்ள வில்லை. '75 கோடி ரூபாய் கொடுப்பதாக ஒப்புக்கொண்டுவிட்டு வாக்கை மீறலாமா?' என்று கேட்டார். பாகிஸ்தானின் வளர்ச்சிப் பணிகளுக்காக அவர்களுக்குச் சேரவேண்டிய தொகையையும் எல்லைமீறல் பிரச்சினைகளையும் இணைத்துப் பார்ப்பது சரியில்லை என்றார்.

அப்போது இந்தியத் தலைநகரமான தில்லியில் முஸ்லிம்கள்மீது தீவிரத் தாக்குதல்கள் நடந்தன, அவர்களைப் பாகிஸ்தானை நோக்கி விரட்டும் முயற்சியில் பலர் இறங்கினார்கள். அதனால், இந்து-முஸ்லீம் ஒற்றுமைக்காகக் காந்தி உண்ணாநோன்பு அறிவித்தார்.

உண்மையில், காந்தியின் உண்ணாநோன்புக்கும் பாகிஸ்தானுக்குக் கிடைக்கவேண்டிய மீதித் தொகைக்கும் எந்தத் தொடர்பும் இல்லை. அப்படித் தரவேண்டும் என்று அவர் கோரிக்கை எதுவும் வைக்கவில்லை. ஆனால், காந்தியின் உண்ணாநோன்பு தொடங்கிய சில நாட்களுக்குள் இந்திய அரசாங்கம் பாகிஸ்தானுக்குச் சேரவேண்டிய 55 கோடி ரூபாயைத் தருவதாக ஒப்புக்கொண்டுவிட்டது.

ஒருவேளை, காந்தியின் உண்ணாநோன்பால்தான் அவர்கள் இந்த நடவடிக்கையை எடுத்தார்கள் என்று வைத்துக்கொண்டால்கூட, அது முறைப்படி பாகிஸ்தானுக்குக் கிடைக்கவேண்டிய பணம்தான். இந்திய அரசு தன்னுடைய வாக்கை மீறுகிறது என்று காந்தி அவர்களுக்குச் சுட்டிக்காண்பித்தார், அவ்வளவுதான்.

ஆனால், வெறுப்பாளர்களுக்கு அதெல்லாம் புரியுமா? காந்தி பாகிஸ்தானுக்கு ஆதரவாக நடந்துகொள்கிறார் என்று கதை கட்டிவிடத் தொடங்கிவிட்டார்கள். உண்மையில் காந்தி பாகிஸ்தானுக்கோ இந்துக்களுக்கோ முஸ்லிம்களுக்கோ ஆதரவானவர் இல்லை, ஒட்டுமொத்த மனித குலத்துக்கு ஆதரவானவர், உண்மைக்கு ஆதரவானவர்.

൭7. காந்தி ஏன் இந்தியாவின் பிரதமராகவில்லை?

இந்தியாவுக்கு விடுதலை கிடைத்தபோது காந்தியின் வயது எழுபத்தேழைத் தாண்டியிருந்தது. அந்த முதிய வயதில் அவர் நாட்டின் தலைமைப் பொறுப்பை ஏற்பது பொருத்தமாக இருந்திருக்குமா என்பது ஐயம்தான்.

உண்மையில், இந்தியாவின் முதல் பிரதமரைத் தேர்ந்தெடுக்கிற நேரத்தில் காந்தியின் பெயர் கருத்தில் கொள்ளப்படவில்லை. அவரை தேசத்தந்தையாக எல்லாரும் மதித்தார்கள். ஆனால், யார் பிரதமராகவேண்டும் என்பதைச் சிந்திக்கும்போது நிர்வாகத்திறனும் மற்ற தகுதிகளும்தான் கருதப்பட்டிருக்கும். அவை பொருத்தமாக அமைந்த ஒருவர் தேர்ந்தெடுக்கப்படுவதைத்தான் காந்தியும் விரும்பியிருப்பார்.

அத்துடன், சேவை மனப்பான்மையைத் தன்னுடைய முதன்மைக் கொள்கையாகக் கொண்ட காந்தி இந்திய விடுதலையை ஒரு முற்றுப்புள்ளியாக எண்ணியிருக்க வாய்ப்பில்லை. இந்தியர்கள் அனைவரும் நலத்துடன் வாழும் சமூக விடுதலையை, பொருளாதார விடுதலையை, கிராம முன்னேற்றத்தை, பெண்கள் முன்னேற்றத்தை, முதன்மையாகக் கருதிய இன்னும் பல விஷயங்களை நாடித் தம்முடைய பயணத்தைத் தொடரத்தான் விரும்பியிருப்பார்.

௯8. இந்திய விடுதலைக் கொண்டாட்டங்களின்போது காந்தி எங்கு இருந்தார்?

1947ம் ஆண்டு ஆகஸ்ட் 15ம் தேதி இந்தியாவுக்கு விடுதலை கிடைத்தபோது, தலைநகர் தில்லியில் காந்தி இல்லை, அங்கிருந்து நெடுந்தொலைவில் உள்ள கல்கத்தாவில் (இப்போதைய 'கொல்கத்தா') இருந்தார், இந்தியப் பிரிவினையால் அங்கு எழுந்துகொண்டிருந்த, எழவிருந்த வன்முறைத் தீயைத் தன்னுடைய அன்பு வழியால் தடுக்க முயன்றுகொண்டிருந்தார்.

அதனால், இந்திய விடுதலை நாளைக் காந்தி தனிச் சிறப்போடு கொண்டாடவில்லை. எப்போதும்போல் அதிகாலையில் எழுந்தார், வழிபட்டார், ராட்டையில் நூல் நூற்றார், தன்னுடைய வழக்கமான பணிகளைத் தொடர்ந்தார்.

அன்று மாலை வழிபாட்டுக் கூட்டத்தில் காந்தி பேசிய சில விஷயங்களை அவருடைய கொள்ளுப்பேரனும் எழுத்தாளருமான துஷார் ஏ. காந்தி மிகப் பொருத்தமாக மேற்கோள் காட்டுகிறார். அந்த விஷயங்கள், விடுதலை பெற்ற இந்தியாவில் காந்தி விரும்பியது என்ன என்பதையும் சுட்டிக்காண்பிக்கின்றன: இந்த நாளில் இந்துக்கள் சொல்லும் அதே மகிழ்ச்சி முழக்கங்களைத்தான் முஸ்லிம்களும் சொல்கிறார்கள், இந்துக்கள் ஏற்றுகின்ற அதே மூவண்ணக் கொடியைத்தான் முஸ்லிம்களும் ஏற்றுகிறார்கள், கல்கத்தாவில் ஒருபோதும் வகுப்புக் கலவரங்கள் நிகழாது என்று நான் நம்புகிறேன்.

௯௯. காந்தி எப்போது, யாரால் கொல்லப்பட்டார்?

1948ம் ஆண்டு ஜனவரி 30 அன்று மாலை நேரம், தில்லியில் உள்ள பிர்லா இல்லத் தோட்டத்தில் தன்னுடைய வழிபாட்டுக் கூட்டத்துக்காகச் சென்றுகொண்டிருந்தார் காந்தி. அப்போது, நாதுராம் கோட்சே என்பவர் காந்தியை மிக அருகிலிருந்து துப்பாக்கியால் சுட்டுக் கொன்றார்.

கோட்சே மற்றும் அவருடைய தோழர்கள் சிலர் காந்தியின் கொள்கைகளை, வழிமுறைகளை ஏற்காதவர்கள். காந்தியால் இந்தியாவுக்குப் பெரும் சேதம் ஏற்பட்டுவிட்டது என்று கருதிய அவர்கள் அதற்குத் தண்டனையளிப்பதாக எண்ணி இந்தச் செயலில் ஈடுபட்டார்கள்.

காந்தியின் மரணச் செய்தி ஒட்டுமொத்த இந்தியாவையும் உலகத்தையும் துயரத்தில் ஆழ்த்தியது. 'நம் வாழ்வின் ஒளி அணைந்துவிட்டது; இப்போது எங்கும் இருள்தான் நிரம்பியிருக்கிறது' என்று தன்னுடைய துயரத்தைப் பகிர்ந்துகொண்டார் இந்தியப் பிரதமர் ஜவகர்லால் நேரு. வேறு பல உலகத் தலைவர்களும் பொதுமக்களும் காந்திக்குக் கண்ணீர் அஞ்சலி செலுத்தினார்கள்.

100. இன்றைய உலகுக்கு காந்தியின் கொள்கைகள் பொருந்துமா?

என்றைய உலகுக்கும் பொருந்தும் என்பதுதான் உண்மை. இது ஒரு முறை, இரு முறை இல்லை, பல முறை உலகெங்கும் திரும்பத் திரும்ப நிரூபிக்கப்பட்டிருக்கிறது. காந்தியின் கொள்கைகளை, வழிமுறைகளைப் பின்பற்றி வன்முறையற்ற வழியில் தங்களுடைய தேவைகளை நிறைவேற்றிக்கொண்டவர்கள், வன்முறையைக் கையிலெடுத்த எதிர்ப்பாளர்களையும் வென்றவர்கள் எல்லா நாடுகளிலும் இருக்கிறார்கள். அவர்கள் அரசியல் தலைவர்கள்மட்டுமில்லை, உங்களைப்போன்ற, என்னைப்போன்ற சாதாரண மனிதர்களும்தான். அதனால்தான் ஒவ்வொரு தலைமுறையிலும் மீண்டும் மீண்டும் ஏராளமானோரால் பதிவுசெய்யப்படுகிற, படிக்கப்படுகிற, வியக்கப்படுகிற, பின்பற்றப்படுகிற ஒரு மனிதராக, காந்தி இருக்கிறார்.

காந்தியைப் பின்பற்றலாமா என்று யோசிக்கிறவர்கள் முதலில் அவரைப் படிக்கத் தொடங்கலாம், அதன் அடிப்படையில் அவரைப் புரிந்துகொள்ள முயலலாம். அப்போதும் அவரை முழுக்க அப்படியே ஏற்றுக்கொள்ளவேண்டும் என்று கட்டாயம் இல்லை. அவர் முன்வைக்கும் சிந்தனைகளில் எவையெல்லாம் சரியானவை என்று நமக்குத் தோன்றுகின்றனவோ, அவற்றை

நம் வாழ்க்கையில் (தனிப்பட்ட, அலுவல் வாழ்க்கையில்) பயன்படுத்திப் பார்க்கலாம், அதன் பலன்களைமட்டுமில்லாமல் அப்போது நமக்குத் தோன்றும் எண்ணங்களையும் ஆராயலாம், நாம் அறிந்த மதிப்பீடுகளுடன் அவற்றைப் பொருத்திப் பார்க்கலாம், அதன் அடிப்படையில் எதைப் பின்பற்றுவது என்று தீர்மானிக்கலாம். அந்த வகையில், காந்தி நமக்குப் பெரிய தூண்டுதலாகவும் வழிகாட்டியாகவும் இருப்பார்.

வாழ்நாள்முழுவதும் தொடர்ந்து சிந்தித்துக்கொண்டிருந்தவர் காந்தி, தம்மைத்தாமே பலமுறை பலவிதமாகக் கேள்வி கேட்டுக்கொண்டவர், தம்முடைய பழைய சிந்தனைகள், நம்பிக்கைகள் தவறு என்று தெரிந்தபோது அவற்றை மாற்றிக்கொள்கிற துணிவும் அவருக்கு இருந்தது, உலகில் அனைவர்மீதும் குறையாத அன்பு இருந்தது, உடல் உழைப்பில் விருப்பமும் பெருமையும் இருந்தது, எல்லாரிடமும் நல்லவை உண்டு என்கிற நம்பிக்கை இருந்தது, பலவிதமானவர்களை அரவணைத்துச் செல்கிற, தலைவர்களை உருவாக்குகிற, பெரிய இலக்குகளை நோக்கிச் செலுத்துகிற திறமை இருந்தது, தன்னலமும் குறுகிய பார்வையும் இல்லாமல் ஒட்டுமொத்த உலகத்தையும் உயிர்களையும் மனத்தில் வைத்துச் சிந்திக்கவேண்டும் என்கிற மன விரிவு இருந்தது, தன்னைத் தலைவராக அன்றிச் சேவை செய்யும் பணியாளராக எண்ணும் பணிவு இருந்தது... இவற்றில் சிலவற்றை நாம் பின்பற்றினாலே போதும், இன்னும் மேம்பட்ட மனிதர்களாக மனநிறைவோடு வாழ்வோம்!

★★★

தெளிவான எழுத்தும் ஆழமான ஆய்வும் நிறைந்த நூல்களுக்காகத் தமிழ் வாசகர்களிடையில் நன்கு அறியப்பட்டுள்ள என். சொக்கன் புனைவு, வாழ்க்கை வரலாறு, நிறுவன வரலாறு, தன்னம்பிக்கை, சிறுவர் இலக்கியம் உள்ளிட்ட துறைகளில் இதுவரை எழுபதுக்கும் மேற்பட்ட நூல்கள், நூற்றுக்கணக்கான கதைகள், கட்டுரைகளை எழுதியுள்ளார். விரிவான ஆய்வுகள், சான்றுகளின் அடிப்படையிலான ஆழமான வரலாற்று நூல்களைத் தமிழில் எழுத இயலும், அவற்றைப் பெரும்பான்மை வாசகர்களுக்குக் கொண்டுசேர்க்கவும் இயலும் என்பதைப் பலமுறை நிரூபித்த எழுத்து வகை இவருடையது.

தமிழ், ஆங்கிலம் ஆகிய இரு மொழிகளிலும் எழுதும் சொக்கனுடைய நூல்கள் ஹிந்தி, கன்னடம், மலையாளம் உள்ளிட்ட பல மொழிகளில் மொழிபெயர்ப்பாகியுள்ளன.

என். சொக்கன்

காந்தி யார்?

www.ingramcontent.com/pod-product-compliance
Lightning Source LLC
LaVergne TN
LVHW100818051026
849519LV00006B/2125
9789395222389